# ప్రగతికి ప్రాణం

బాలల కథాసంపుటి (12–15 సం॥ బాలలకు)

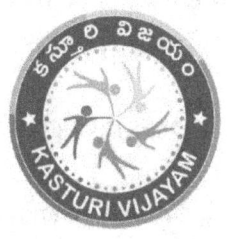

విద్వాన్ చొప్ప వీరభద్రప్ప

PRAGATHIKI PRANAM

Children Stories Age 12–15 years

By

Vidwan Choppa Veerabhadrappa Vidwan M.A. (Telugu), M.A. (History), B.Ed.,

ISBN: 978-81-963075-8-5

Print On Demand

Copy Right
Vidwan Choppa Veerabhadrapp

Ph:0091-9515054998
Email: Kasturivijayam@gmail.com

Book Available
@
Amazon, flipkart, Google Play, ebooks, Rakuten and KOBO

# అభినందన

**డా॥ గంగిసెట్టి శివకుమార్,**
**నెల్లూరు-4**

ప్రభుత్వ ఉన్నత పాఠశాలల్లో 36 సంవత్సరాలు పనిచేసి, పదవీ విరమణ పొందిన ఉపాధ్యాయులు శ్రీచొప్ప వీరభద్రప్పగారు. ఆయన పనిచేసిన పాఠశాలలన్నీ, పల్లె ప్రాంతాలలోనివే! ఆ విధంగా పల్లెల నుంచీ, పిల్లల నుంచీ ఆయన ఎన్నో అనుభవాలను మూటగట్టుకున్నారు.

విశ్రాంత జీవితం లభించింది కదా అని ఆయన విశ్రాంతి తీసుకోదలచుకోలేదు. తన అనుభవాలను కథల రూపాన పిల్లలకందించాలనుకున్నారు. ఇటు వినోదం, అటు విజ్ఞానం కలగలసిన ఈ కథలతో పిల్లల హృదయాలను వికసింప జేయాలనుకున్నారు. అనుకున్నదే తడవుగా నడుం బిగించారు. కలాన్ని ఝుళిపించారు.

శివదృష్టి, విభూతి శైవ సంబంధాలు, నైతిక కథా దర్శనం, సంపంగి, మంచి మనసు మొదలైన పుస్తకాలను రాయటమే కాదు, వ్యయప్రయాసలకోర్చి, ముద్రించి తెలుగు బాలలకు అందించి వెలుగులు పంచారు. ఆ ఆశయ సాధనలో భాగంగా ప్రస్తుతం 'ప్రగతికి ప్రాణం' అన్న పొత్తాన్ని, రచించి, ముద్రించి మనకందిస్తున్నారు. అందుకు వీరినెంతో అభినందిస్తున్నాను.

ఉన్నత విద్యా వంతులైన (ఎం.ఎ (తెలుగు), ఎం.ఎ. (చరిత్ర), బి.ఇడి) చదివిన చొప్ప వీరభద్రప్ప గారు 'ప్రగతికి ప్రాణం' పుస్తకంలో ప్రతి కథను నీతితో నింపారు. హితవు చెప్పేదే సాహిత్యం గనుక, అందులోనూ బాలసాహిత్యం అంటే పిల్లలకు మంచి సుద్దులు చెప్పటమే గదా. ఆ ఉద్దేశ్యాన్ని, ఆ లక్ష్యాన్ని, చొప్ప వీరభద్రప్ప నూటికి నూరుపాళ్ళు సాధించారు.

'ప్రగతికి ప్రాణం' అన్నకథలో యోగి, రాజుకు కనువిప్పు కలగజేస్తాడు. వృక్షాలకు, మేఘాలకు విడదీయరాని సంబంధం ఉందని అవి ఒకదాన్ని, వదలి మరొకటి ఉండలేవని, కలప వ్యాపారం పేరుతో దేశంలోని వృక్షాలను నరకటం మంచిది కాదని, అందువల్లనే రాజ్యంలో వర్షాలు పడక కరువు కాటకాలు సంభవిస్తున్నాయని హితబోధ చేస్తారు. దానితో రాజుకు జ్ఞానోదయం అవుతుంది.

'బానిసత్వంలో పంచభక్ష పరమాన్నాలు తిని బతకడం కంటే, స్వేచ్ఛగా గంజి తాగి బతకడమే మేలు అని 'స్వేచ్ఛ' అనే కథ తెలియజేస్తుంది. అతి చేష్టలు అనర్థదాయకం

అని 'చిలిపి ఆగడాలు' అనే కథ తెలియజేస్తుంది. ఒకరితో సమస్య పరిష్కారం కాదని తెలిసినపుడు ఇతరుల సహాయ సహకారాలు పొందితే ఎట్టి సమస్యకైనా పరిష్కారం లభిస్తుందని 'సహకారం' అన్నకథలో నిరూపించబడుతుంది. పక్షులన్నీ కలిసి, చేపల మధ్య సహకారంతో తమకు పాము వల్ల కలిగిన పీడను ఎలా వదలించుకున్నాయి అన్నదే ఈ కథలోని సారాంశం.

ముద్దలు తీసుకునే ప్రతి మనిషి కడుపులోను దేవుడు ఉంటాడని, ప్రతిఫలాపేక్ష లేకుండా ఆకలి గొన్నవారికి అన్నం పెడుతూ, మానవసేవే మాధవసేవగా భావించాలని 'కడుపులో దేవుడు' అన్నకథలో ముద్దప్ప పాత్ర ద్వారా రచయిత తెలియజేసారు.

ఏ విషయమైనా ఎవరికి వారు స్వంతంగా తెలుసుకుంటే, అవగాహన సామర్థ్యం పెరుగుతుంది. అట్టి జ్ఞానమే వేరు. ఎవరికి వారు సంపాదించుకున్న జ్ఞానానుభవాలు వారికే స్వంతం. స్థిరమైన జ్ఞానం వల్ల జీవితంలో ఎదురయ్యే అనేక సమస్యలను పరిష్కరించుకోగల శక్తి సామర్థ్యాలు లభిస్తాయనే, సత్యాన్ని బోధ పరుస్తుంది. 'మార్గదర్శనం' అన్నకథ.

అదే విధంగా 'మూసిన రహస్యం' అన్న కథలో ఇచ్చిన మాట పోతే మన విలువ తగ్గిపోతుంది. అట్లాపోతే సమయానికి ఎవరూ మనకు సహాయం చేయరు. “నమ్మకం అనేది డబ్బు కంటే విలువైనది” అనే విషయాన్ని తెలుపుతూ, మన రహస్యాలు బట్టబయలు చేయకుండా సమయస్ఫూర్తితో గంభీరంగా ఉంటేనే మన పనులు సజావుగా సాగుతాయి, ఏ విషయానికైనా సంయమనం అవసరం అని కూడా రచయిత బోధిస్తారు.

వృత్తిరీత్యా ఉపాధ్యాయులైన చొప్ప వీరభద్రప్ప గారు పిల్లల మనస్తత్వాలను బాగా ఎరిగిన వారు. గనుక ప్రతి కథను చక్కటి సందేశంతో కలిపి అందించారు. స్థాలీపులాక న్యాయంగా నేను కొన్ని కథలను మాత్రం ఉదహరించాను. ఆయన కలం నుంచి మరిన్ని మంచి పుస్తకాలు వెలువడాలని, అవి బాలల జగత్తుకు వెన్నెలలను కురిపించాలని కోరుకుంటూ మనసారా అభినందిస్తున్నాను...

స్థలం: నెల్లూరు.

తేది : 18-10-2018.

# నైతిక విలువలు సమాహారం

తెలుగు సాహిత్యానికి వెయ్యేళ్ళ చరిత్ర ఉంది. ఎందరో కవులు, రచయితలు తెలుగులో రచనలు చేసి ప్రసిద్ధి పొందారు. వివిధ ప్రక్రియలలో రచనలు గావించారు. ఏ విషయం గురించి చెప్పటానికైనా కథ మంచి ప్రక్రియ. వందేళ్ళు గడిచినా పంచతంత్ర కథలకు, నేటికీ ఆదరణ తగ్గలేదంటే అతిశయోక్తి కాదు. కథలంటే పిల్లలకు మక్కువ ఎక్కువ. పిల్లల్లోని సృజనను, ఊహాశక్తిని ఆలోచనలను కథ మెరుగు పరుస్తుంది. కథల ద్వారా భాషా సంపదను పెంచుకోవచ్చు.

"ప్రగతికి ప్రాణం" బాలల కథల సంపుటిని అందమైన బొమ్మలతో ఇతివృత్తానికి తగిన విధంగా జోడించారు. రచయిత విద్వాన్ చొప్ప వీరభద్రప్ప గారు. వీరు బహుముఖ ప్రజ్ఞాశాలి. మంచి కథకులు. ఇందులో 'ప్రగతికి ప్రాణం' మొదలుకొని 'మూసిన రహస్యం' వరకు ఉన్న పాతిక కథలు నైతిక విలువలతో కూడుకొని ఉన్నాయనటంలో సందేహం లేదు. ఒక్కొక్క కథ ఓ ఆణిముత్యం.

"ప్రగతికి ప్రాణం" కథలో పర్యావరణం పరిరక్షణను గూర్చి పేర్కొంటూ వృక్షాలే ప్రగతికి ప్రాణమని, చెట్లు పెంచడం వల్ల వాతావరణ సమతుల్యత చక్కబడి వర్షాలు ప్రారంభమౌతాయని, వృక్షాలకు, మేఘాలకు విడదీయరాని సంబంధముందంటారు. 'మాసిపోని ధనం' కథలో విద్య ప్రాధాన్యతను తెలుసుకొని, దారుశిల్ప పాఠశాలను నెలకొల్పి ఎందరికో ఉపాధిని కల్పించడం వంటి ఎన్నో విషయాలున్నాయి. 'అడ్డోడు' కథలో కులమతాలు లేకుండా, ప్రజలంతా ఒకే జాతిగా ఒకటే కావడం ఉంది. ప్రజల్లోని మూఢ విశ్వాసాలను తెలుపుతూ సంస్కారవంతులుగా ఎలా జీవించాలనే విషయాన్ని ఈ కథలోని పాత్రల ద్వారా తెలిపారు. మనుషులంతా ఒకటే అనుకోవాలని, దేశమంతా ఒకే మతం, ఒకే జాతి అని వక్కాణిస్తారు.

"పౌరుషం" కథలో దూడల పౌరుషాన్ని, చిన్న పిల్లల మనస్తత్వాన్ని, వారి ఆగడాలను పేర్కొంటూ, అతిచేష్టలు అనర్థదాయకమంటారు. 'చెప్పుడు మాటలు' అనే మరొక కథలో ఒక్క క్షణం సహనం కొండంత ప్రమాదాన్ని దూరం చేస్తుంది, అసహనం మొత్తం జీవిగమనాన్ని అస్తవ్యస్తం చేస్తుందంటారు. ఎవరు ఎన్ని చెప్పినా వెంటనే నమ్మరాదంటారు. 'వడ్డీ చక్రం' లో అత్యాశ పనికి రాదంటారు. వడ్డీకి తీసుకొన్న వారి బాధలు వర్ణనాతీతం. వడ్డీ చక్రం ముందు, గుర్రాలు, కార్లు, విమానాలు బలాదూరంటారు.

వాహనాలకు విశ్రాంతి ఉంటుందేమో కాని వడ్డీ చక్రం నిరంతరం తిరుగుతూ బాధలకు గురిచేస్తుందంటారు. వడ్డీ చక్రం ఆపకుంటే, నిలువ నీడ కూడ లేకుండా పోతుందని పాత్రల ద్వారా కథా రచయిత హెచ్చరిస్తారు.

ఇక 'అడ్డదారి' కథలో అడ్డదారి వ్యవహారం ప్రమాదకరం అని,విద్యార్థులు కొందరు చదువుకోకుండా పరీక్షల్లో కాపీ కొడుతూ పట్టుపడి డీబార్ అయి తమ భవిష్యత్తును అర్ధాంతరంగా ముగించుకుంటున్నారని, మరికొందరు అవినీతికి పాల్పడి లేనిపోని వ్యాధులను కొని తెచ్చుకుంటున్నారని, ఇది మంచిపద్ధతి కాదని హితువు పలికారు. 'నిశ్శబ్దపోరు'లో ఎత్తుకు పై ఎత్తు వేసుకోవడంలో ఇరువురు సిద్ధహస్తులు. అయితే ఎవరో ఒకరు విరమించుకోవాలని లేకుంటే ఇబ్బందుల పాలవుతారంటారు. 'దేశభక్తి' కథలో దేశభక్తి అంటే ప్రాణాలకు తెగించి పోరాడటమేకాదు, దేశంలోని ప్రతి వ్యక్తి తాను చేయవలసిన పనులను బాధ్యతలతో సక్రమంగా నిర్వహించడం కూడా దేశభక్తే. దేశభక్తికి స్త్రీ, పురుష తేడా లేదంటారు. 'వృత్తి మార్పు' కథలో వృత్తిపై అవగాహన లేకుండా వృత్తులను మార్పు చేసుకుంటే కలిగే అనర్థాలను కళ్ళకు కట్టినట్లు వివరిస్తారు.

"త్యాగం", "నోటిదురద", "ఔదార్యం", "నవరత్న నందుడు", "మూసిన రహస్యం" కథలలో నైతిక విలువలకు ప్రాధాన్యమిచ్చి కథలు రాయడం అభినందనీయం. ఈ కథలు ఆబాలగోపాలురకు విజ్ఞానంతో పాటు ఆనందాన్ని కలిగిస్తాయనడంలో సందేహం లేదు. ఈ కథా రచయిత ఈ పాతిక కథలలో అక్కడక్కడ "రొట్టె విరిగి నేతిలో బడినట్లు" పుట్టుకతో వచ్చిన బుద్ధులు పుడకలతో పోవు వంటి సామెతలతోపాటు "నిమ్మకు నీరెత్తినట్లు" మొదలగు జాతీయాలను ప్రయోగించి కథలకు వన్నె చేకూర్చారు.

"మనిషి ఆశాజీవి. ఆ ఆశయే జీవులను నడిపిస్తుంది. ఆశ లేని మనిషి నడిచే శవం లాంటివాడు అని కథారచయిత విద్వాన్ చొప్ప వీరభద్రప్ప గారు పాత్రల ద్వారా తెలియజేయడం ముదావహం. ఈ పుస్తకం ఒక నైతిక విలువలతో కూడిన కథల సమాహారంగా నాకనిపిస్తోంది.

ఇలాంటి కథలే కాకుండా మరెన్నో రచనలు చేసి పాఠక లోకానికి విజ్ఞానాన్ని అందించాలని మనస్ఫూర్తిగా కోరుకుంటూ.. ఆయన కృషిని మనసారా అభినందిస్తున్నాను.

మీ

స్థలం : అనంతపురమ ఇ.వెంకటస్వామి,

తేది : 18-10-2018 మండల విద్యాశాఖాధికారి

# కృతజ్ఞతలు

ఆంధ్రప్రదేశ్ రాష్ట్ర సర్వతోముఖాభివృద్ధికి నిరంతరం కృషి చేస్తున్న రాష్ట్ర ముఖ్యమంత్రి శ్రీ నారా చంద్రబాబు నాయుడు గారు ఈ పుస్తకానికి తమ అమూల్య సందేశాన్ని పంపించినారు వారికి,

తెలుగు రక్షణ వేదిక జాతీయ అధ్యక్షులు శ్రీ పొట్లూరు హరికృష్ణ గారు తమ అభినందనలు తెలియజేశారు వారికి, ప్రముఖ బాలసాహితీవేత్త, సాహితీస్రష్ట బహుగ్రంథ కర్త శ్రీ డా. గంగిశెట్టి శివకుమార్ గారు ఈ పుస్తకాన్ని ఆమూలాగ్రంగా చదివి, అభినందనలు తెలియజేసినారు వారికి, అనంతపురము రూరల్ మండలం విద్యా శాఖాధికారి శ్రీ ఇ.వెంకటస్వామి గారు ఈ పుస్తకాన్ని గూర్చి విశ్లేషణాత్మకంగా అభినందనలు తెలిపారు వారికి, "కథా స్వరూప స్వభావాలను సాహిత్య తీరు తెన్నులను గూర్చి సమగ్రంగా వివరించారు. నందవరం కేశవరెడ్డి గారు" వారి ప్రోత్సాహ, బలం నేను మరచిపోలేను. వారికి,

ప్రసిద్ధ రచయిత గురుతుల్యులు శ్రీ సింగమనేని నారాయణ, బండి నారాయణస్వామి గార్లకు ఈ పుస్తక ముఖచిత్రాన్ని అందంగాను కథలకు తగిన విధంగా అన్ని బొమ్మలు గీచిన కథలను అలంకరించిన చిత్రకారులు శ్రీ తుంబలి శివాజీ గారికి, పుస్తకాన్ని డి.టి.పి. చేసిన తర్వాత ఇందలి అక్షరదోషాలను ఓర్పుతో సవరించిన శ్రీ అమరనాథ రెడ్డి గారికి, ఈ కథలన్నీ బాలల పత్రికలు శ్రీవాణి పలుకు, మొలక, కొత్తపల్లి మరియు తెలుగు మాసపత్రిక విశాఖ సంస్కృతి వంటి పత్రికలకు తీసుకున్న ఆయా పత్రికా సంపాదకులకు, పుస్తకాన్ని అందంగా ముద్రించిన శ్రీ శంకరన్, అనంతపురము వారికి, డి.టి.పి. చేసిన ఎన్.నాగభూషణ గారికి అందరికీ హృదయపూర్వక కృతజ్ఞతలు మనసారా అర్పించుచున్నాను.

చొప్ప వీరభద్రప్పగారు

# నేను - నా మాట - నా ఆశయం

నేను చొప్ప వీరభద్రప్ప బుక్కరాయసముద్రం గ్రామం, అనంతపురము జిల్లా, ఆంధ్రప్రదేశ్ లో 1945, జూన్ 2వ తేదీ జన్మించినాను. అమ్మ చొప్ప పాపమ్మ, నాన్న చొప్ప నారాయణప్ప, భార్య చొప్ప విశాలాక్షమ్మ. ఉపాధ్యాయుడిగా అనంతపురము జిల్లా పరిషత్ ఉన్నత పాఠశాలల్లో 36 సంవత్సరములు పనిచేసి 2003, జూన్ నెల పదవీ విరమణ చేసినాను. ప్రస్తుతం స్వగ్రామం బుక్కరాయసముద్రం నందే నివాసముంటున్నాను.

★★★

బాల్యం మంచితనానికి, అమాయకత్వానికి, చీకు చింతలు లేని జీవితానికి నిలయం. ఆ దశలో బాలలు మానసికోల్లాసంతో ఊహ ప్రపంచంలో విహరిస్తూ ఆనందంగా ఉల్లాసంగా ఉంటారు. అది ఆ దశ ప్రత్యేకత. అది ఒక తీపి జ్ఞాపకం. బాల్యానికి సంబంధించిన సాహిత్యం బాల సాహిత్యం. ఈ సాహిత్యాన్ని బాల సాహిత్యం, బాల వాఙ్మయం, పిల్లల సాహిత్యం, శిశు సాహిత్యం అనే పదాలతో పిలుస్తుంటారు. బాల సాహిత్యానికి నాంది అమ్మ హృదయం. ఆమె నెలబాలను ఊయలలో ఊపుతూ ఏదో ఒక కూనిరాగం తీస్తూనో లాలిపాట పాడుతూనో బాలను నిద్రపుచ్చుతుంది. ఆ అమ్మ కంఠస్వరం వింటూ, అమ్మ ముఖం చూస్తూ అనుభవించే ఆనందమే ఆ బాల లక్ష్యం. ఇది బాలసాహిత్య ప్రారంభ దశ. ఈ దశలో బాలలు తన్మయంతో, తాదాత్మ్యం చెందడం దీని ప్రత్యేకత.

ఆ దశ నుండి బాలలకు సంబంధించి చేసిన రచనలన్నీ బాలసాహిత్యమే. మానవ జీవితంలో బాల్యం ప్రధానమైంది. ఈ దశలో బాలల భావాలు, ఆలోచనలు, అభిరుచులు పెద్దలకంటే వేరుగా ఉంటాయి. అందుకే అది ప్రత్యేకమై ఉంది. ప్రారంభములో ఈ సాహిత్యం మాటలు, పాటలు అభినయంతో కూడి ఆటపాటలతో ప్రారంభమవుతుంది.

తర్వాత క్రమక్రమంగా చిన్నచిన్న పదాలు, వాక్యాలు, కథలతో నిర్మితమై పెద్ద పెద్ద కథలను కలుపుకొని ఒక ప్రత్యేకతను సంతరించుకొని వైవిధ్యమున్న నవలలు, నాటకాల వరకు సాగుతూ 15 సం॥లు గడిచి పోతుంది. ఈ వయసు వరకు సాగిన సాహిత్యం బాలసాహిత్యం. ఈ సాహిత్య దశలు (0-5 సం॥, 6-11 సం॥, 12-15 సం॥) బాలసాహిత్య మూల ధ్యేయం సత్ప్రవర్తన కలిగించడం.

దేశంపట్ల, దేశ ప్రజలపట్ల ప్రేమాభిమానాలు కలిగి ఉత్తమ పౌరసత్వ విలువలు కలిగిన వారిగా తీర్చిదిద్దడం అనేది బాలసాహిత్యంలో అంతర్గతాలు. ఇందు శాస్త్ర, సాంకేతికాలకు సంబంధించిన రచనలతోపాటు విజ్ఞాన వినోదాలు, నైతిక విలువలు,

మానవతా వాదాన్ని ప్రబోధించే విషయాలు ఉండాలి. బాలసాహిత్యం వలన బాలల్లో నూతన సృజనాత్మక శక్తి పెంపొందించుటకు, పెద్దపీట వేయాలి. అవి వారికి మనోల్లాసాన్ని, మనో వికాసాన్ని కలిగించగలగాలి. ఈ సాహిత్యం కథలుగా గాని, వ్యాసాలుగా గాని, పాటలుగా గాని, నాటకాలుగా గాని ఏ ప్రక్రియలోనైనా ఉండవచ్చు. ఇందలి భాష సరళమై ఉండాలి. వారి పుస్తకాల్లో వీలైనన్ని బొమ్మలు ఉండాలి. ఆ పాఠాలు బాలల్లో జిజ్ఞాసను, ఉత్సాహాన్ని రేకెత్తించే విధంగా ఉండాలి. ఇందు అద్భుత అలౌకిక, సాహసోపేత గాథలతో ప్రారంభమై హేతువాదం, తార్కిక దృష్టి కలుగజేస్తూ ప్రపంచీకరణ నేపథ్యంలో జ్ఞానార్జన కలిగి ఆలోచనా విధానం పరిపుష్టమై ప్రపంచ బాలల మనో వికాసానికి సరి తూగగలగాలి. బాల సాహితీ రచయితలు తమ రచనా దృష్టిలో సాగించే రచనలు మారే విలువలకు తగ్గట్టు ఆధునిక ప్రపంచంలో పోటీకి తగినట్టుగా ఉండాలనేది నా అభిప్రాయం.

★★★★★

ఈనాడు సంఘంలో జరిగే ఎన్నో దుర్మార్గ, అసాంఘిక చర్యలను గమనిస్తున్నాను. నేటి బాలలే రేపటి పౌరులు కావున భవిష్యత్ లో అనైతిక ప్రవర్తనలు బాలల మనస్సులో ప్రభావితం కాకుండా ఉండాలనేది నా ఆకాంక్ష. అందుకే బాల సాహితీ క్షేత్రంలో నా వంతుగా చిరు దీపమెత్తాను. ఆ ఉద్దేశ్యంతోనే 12-15 సంవత్సరాల మధ్య వయస్సు గల బాలలకు ఈ సాహితీ రచనలు చేస్తున్నాను. నా కథా రచన పద్ధతి ఒక్కో చోట ఉపన్యాస పద్ధతిగాను, మరి కొన్నిచోట్ల కథా కథన పద్ధతిలోను సాగుతుంది. ఉపాధ్యాయులు, తల్లిదండ్రులు పెద్దలు తాము చదివి, పిల్లలకు చెప్పగలరని, బాలలను చదువుకోవడానికి ప్రోత్సహించగలరని ఆశిస్తున్నాను.

# విషయసూచిక

# ప్రగతికి ప్రాణం

చాలా కాలం క్రిందట రెండు రాజ్యాలు ప్రక్క ప్రక్కగా ఉండేవి. పశ్చిమ రాజ్యాన్ని హేమానందుడు తూర్పు రాజ్యాన్ని మణిదీపుడు పాలించేవారు. ఆ రాజ్యాల సరిహద్దులో ఎత్తైన పర్వతాల మధ్య ఒక పెద్ద దేవాలయముంది. అందు వెలసిన దేవుడే ఆ రెండు రాజ్యాలకు ఇలవేల్పు.

ఒకనాడు హేమానందుడు ఆ గుడికి పోయి పూజ ముగించి వెనుదిరిగి వస్తూ, కొండ దిగువన పెద్ద మర్రిచెట్టు నీడలో తన పరివారంతో విశ్రాంతి తీసుకుంటున్నాడు.

ఒక మంత్రి ఆకాశంలో గాలికి కొట్టుకొనిపోయే మేఘాలను రాజుకు చూపుతూ అన్నాడు. "చూడండి రాజా! మన రాజ్యంలో చాలా ఏండ్ల నుంచి ఒక్క వర్షపు చినుకు కూడా నేలరాలక, ప్రజలు నానా అవస్థలు పడుతుంటే, మన రాజ్యం నుండి మన మేఘాలు

పొరుగు రాజ్యంలోకి ఎవరో మంత్రం వేసి లాగినట్లు, వెంటబడి తరిమినట్లు, ఎలా పరిగెత్తి పోతున్నాయో చూడండి"అన్నారు.

దానికి రాజు వాటిని తేరిపార జూచి, నిజమే ఇలా ఎందుకు జరుగుతూ ఉందని అడిగాడు. మంత్రి చెప్పసాగాడు. "రాజా! ఆరు సంవత్సరాల క్రితం, యోగానందుడనే ఒక సన్యాసి పక్క రాజ్యంలోకి వచ్చాడు. అతను అక్కడి కొండల్లో ఆశ్రమాన్ని నిర్మించుకొని, ఏవేవో మంత్ర, తంత్రాలు చేస్తూ, మన రాజ్యంలోని మేఘాలను ఆకర్షిస్తున్నాడు. అందుకే మనకు కురవాల్సిన మేఘాలన్నీ పారిపోయి ఆ ప్రక్క రాజ్యంలో కురుస్తున్నాయి"అన్నారు.

రాజుకు చాలా కోపమొచ్చింది. వెంటనే ఆ యోగిని బంధించి తీసుకురమ్మన్నాడు. అప్పటికప్పుడే కొందరు బలమైన సైనికులు బయలుదేరి వెళ్ళిపోయారు.

పంపిన సైనికులు అర్ధరాత్రికి యోగానందుని ఆశ్రమం చేరారు. అక్కడ అందరూ గాఢ నిద్రలో ఉన్నారు. ఒక సైనికుడు "యోగిని" నిద్ర లేపి, మాట్లాడకూడదని సైగ చేసి, "మా రాజు హేమానందుల వారు, ఇప్పటికిప్పుడే, మిమ్ములను వెంట తీసుకురమ్మన్నారు. మీరు రాకుంటే ఇక్కడి వారిని చంపి మేము మిమ్ము తీసుకుని పోతాము"అన్నారు.

యోగి మారు మాట్లాడక వారి వెంట బయలుదేరారు.

తరువాత దినం ఉదయమే సైనికులు, యోగానందుణ్ణి రాజు గారి ముందు హాజరుపరచారు. రాజు, యోగిని చూచిన వెంటనే, ఆయనకు నమస్కరించి "మహాత్మా! మిమ్ము ఇలా తీసుకురమ్మన్నందుకు నన్ను మన్నించండి", అని రాజ్యంలో కురవని వర్షాలను గూర్చి విషయమంతా వివరంగా చెప్పి, రాజ్య ప్రజల కోసం మిమ్ము ఇలా తీసుకురావలసి వచ్చింది. నన్ను మన్నించండి అన్నాడు.

రాజు గారి, వినయ విధేయతలకు, మౌని సంతోషించి అన్నాడు. "రాజా! నన్ను మీరు బంధించి తెచ్చినారని తెలిస్తే 'మణిదీపుడు' కోపంతో మీపై యుద్ధానికి తలపడతాడు. రక్తపాతం జరుగుతుంది. అందుకే నాకు నేనే, స్వచ్ఛందంగా, ఇక్కడికి వచ్చినట్లు రాజు గారికి తెలియబరచండి. అంతేగాక మా ఆశ్రమంలోని కొందరు శిష్యులను, కూడా ఇక్కడికి పంపించమని నేను కోరినట్లు రాజు గారు మౌని కోరినట్లు లేఖ వ్రాసి పంపాడు.

మరునాడు యోగానందుడు, తన శిష్యులతో కలసి ఏడు రోజుల యజ్ఞం ప్రారంభించాడు. ఏడవ రోజు, యజ్ఞం ముగిసే సమయానికి, సూర్యుడు అస్తమించే సమయమైంది. అదేమి మాయో! చిత్రమో! గానీ, దూరంగా కొండల్లో ఎన్నో మండే జ్యోతులు, గాలిలో వెలుగుతూ కదలిపోతున్నాయి. అది చూచి యజ్ఞశాలలోని వారందరూ భయకంపితులైనారు.

ఒక మంత్రి అడిగాడు, ఓ మహర్షీ! ఆ వెలిగే జ్యోతులు మండుతూ ఎందుకు కదలిపోతున్నాయని ఆమాటకు 'యోగి చెప్పసాగాడు. మీ రాజ్యంలో తినడానికి తిండిలేక,

తాగడానికి నీరు లేక, నిలువ నీడ లేక, మరణించిన జంతువులు ఆత్మలు, ఇంకా నిట్టనిలువునా మోడుబారి ఎండిన వృక్షాల ఆత్మలన్నీ కలసి, కోపంతో మేఘాలు నిలువకుండా పగబట్టి నోటితో గాలిని లోపలికి లాగి పక్క రాజ్యానికి ఊదేస్తున్నాయి. వాటి ఆత్మలన్నీ ఆయా కొండల్లో ఉన్నట్లు, ఈ యజ్ఞ శక్తి వల్ల మనకు కనబడుతూ ఉందన్నాడు.

రాజు ఆ విషయం ప్రత్యక్షంగా చూచి, అవన్నీ శాంతించాలంటే మేమేం చేయాలి? దానికి పరిష్కార మార్గం చెప్పమని కోరాడు. యోగి కొంచెంసేపు కళ్ళు మూసుకుని తర్వాత చెప్పసాగాడు. రాజా! మీ రాజ్యంలోని ప్రతి పల్లెకూ, పట్టణానికి నాలుగు దిక్కుల, మహా వృక్ష జాతికి చెందిన మర్రి, రావి, వేప, మద్ది, మామిడి, చింత వంటి మొక్కలు నాటించి పోషించండి. అలా చేస్తే ప్రకృతి మాత ముద్దు బిడ్డలైన వృక్షాలకు, అడవి ప్రాణులకు ఆశ్రయం లభించిందని, ఆమె శాంతిస్తుంది. మీకు వర్షాలు ప్రారంభమవుతాయి. మీరు తొందరగా అలా చేయకుంటే ఆమె కోపిస్తుంది. దానితో మీ దేశంలోకి వేడి గాలులు ప్రవేశించి మీ భూములన్నీ ఇసుకమయమౌతాయన్నాడు.

యోగి మాటలు, రాజు తిరుగులేని శాసనంగా భావించి, అప్పటికప్పుడే దూరదూర ప్రాంతాల నుండి లక్షల సంఖ్యలో మొక్కలు తెప్పించి, పల్లెల్లో, పట్టణాలల్లో నాటించి పోషించే ఏర్పాట్లు ప్రారంభించాడు. చూస్తుండగానే మూడు సంవత్సరాలు గడచిపోయాయి. వర్షాకాలం ప్రారంభమైంది. ఆకాశంలో నల్లని మేఘాలు కమ్ముకుని, రాజ్యమంతా విస్తరించాయి. వెంటనే ఉరుములు మెరుపులతో కూడిన కుంభవృష్టి కురువసాగింది.

ప్రజలు యోగానందుని ఆశ్రమం చేరి, ఆయన్ని దైవాంశ సంభూతునిగా పొగడుతూ జయ జయధ్వానాలు చేశారు. రాజు, యోగానందుని సన్మానించడానికి రాగా యోగానందుడన్నాడు, రాజా! మీరు చెప్పే అభినందనలకు నాకు యోగ్యత లేదు. నేను మిమ్మందర్నీ మభ్యపెట్టి మోసపు చర్యలు చేశాను. "యజ్ఞం చేయడం, కొండల్లో జ్యోతులు వెలగడం, వృక్షాల జంతువుల ఆత్మలు క్షోభించడం, వంటివి ఎన్నెన్నో కల్లబొల్లి మాటలు, కల్పించి చెప్పినాను. అవన్నీ నిజాలు కావు. అలా చేస్తేనే మీరందరూ నా మాటలపై విశ్వాసముంచి వృక్షాలు పెంచుతారని, అలా చేశానన్నాడు.

తిరిగి యోగి చెప్పసాగాడు. ఓ రాజా! మీరు ఇంతకు ముందు కలప వ్యాపారం పేరున దేశంలోని వృక్షాలనెన్నింటినో నరికించి అమ్మివేయించారు. అప్పటి నుండి, మీ దేశంలో కష్టాలు ప్రారంభమైనాయి. అంతేగాక వృక్షాలకు, మేఘాలకు విడదీయరాని సంబంధముంటుంది. అవి ఒకదాన్ని వదలి మరొకటి ఉండలేవు.

మేఘాలు నిలవాలంటే వాతావరణ పరిస్థితులు అనుకూలించాలి. ఆ పరిస్థితి మీ రాజ్యంలో లేనందున మేఘాలు, పొరుగు రాజ్యానికి వెళ్లిపోతున్నాయి. అందుకే వర్షాలు

రాక మీ ప్రజలు కరువు కాటకాల బారిన పడి చాలా కష్టాలనుభవించారు. కాని ఈనాడు మీరు చెట్లు పెంచడం వల్ల వాతావరణ సమతుల్యత చక్కబడింది. వర్షాలు ప్రారంభమైనాయన్నాడు.

ఆ మాటలు విని రాజుకు, ప్రజలకు, ఇంతకుముందు తాము చేసిన తప్పులు తెలిసి వచ్చాయి. వారి మనస్సుల్లో ఆనాడు కొండల్లో వెలిగిన అగ్ని దివ్వెలన్నీ ఒక్కసారి గుర్తుకొచ్చాయి.

వృక్షాలే ప్రగతికి ప్రాణమని, అందరూ తెలుసుకొని యోగానందునకు మనసారా నమస్కరించారు.

# మాసిపోని ధనం

రహ్మత్ అనే పట్టణంలో అడవుల్లో కొయ్యతో పిల్లలు ఆడుకునే బొమ్మలు చేసేవాడు. అతని కొడుకు శమీవుల్లా కొడవళ్ళు, గొడ్డళ్ళు వంటి ఇనుప సామాన్లు చేసే వాడు. ఆ తండ్రికొడుకులు ఎంత కష్టపడినా కుటుంబ పోషణకే వారి ఆదాయం సరిపోయేది కాదు. అందుకే శమీవుల్లా తన కొడుకు రహీముల్లాకు తమ వృత్తి పని నేర్పించకుండా, డిగ్రీ వరకు చదివించాడు. కాని అతను ఎంత ప్రయత్నించినా సరియైన ఉద్యోగం రాలేదు.

ఒకనాడు రహీముల్లా తాతతో అన్నాడు తాతా! నేను ఇంత వయస్సు వచ్చే వరకు చదువుకున్నానే గాని, నన్ను నేను పోషించుకోలేక, మీపై ఆధారపడి బతుకుచున్నానని చెప్పి, చాలా బాధపడినాడు.

తాత మనుమనితో అన్నాడు. నీకు, ఈ ఊర్లో ఉద్యోగం రాకుంటే, ఎక్కడా రాదని కాదు. ఈ ఊరు వదలి వేరే పెద్ద నగరానికి పోయి ప్రయత్నించు. అక్కడ ఏదో ఒక ఫ్యాక్టరీలోనో, అంగళ్ళలోనో తప్పక వస్తుంది. సామర్థ్యం గలవాడు ఎప్పుడు నిరుత్సాహ

పడకూడదు అని చెప్పి, మీ నాన్నకు తెలియకుండా కొంత డబ్బు దాచుకున్నాను. అది నీకిస్తాను. నీవు, రేపు ఏదో ఒక నగరానికి వెళ్ళి అక్కడ ఉద్యోగం సంపాదించుకొమ్మన్నాడు.

రహీముల్లా, తాత మాటప్రకారం తల్లిదండ్రులకు చెప్పకుండా రైలెక్కి పోయినాడు. రైల్లో ప్రక్క సీట్లో ఇద్దరు కొత్త వ్యక్తులతో పరిచయమైంది. వారు అతనికి సమవయస్కులు. వారు కూడా నిరుద్యోగులైనందున కొద్ది సేపట్లోనే వారితో పరిచయం బాగా పెరిగింది. రహీముల్లా, తన విషయమంతా దాపరికం లేకుండా వాళ్ళకు చెప్పినాడు.

వాళ్ళన్నారు, మేము కూడా ఉద్యోగ ప్రయత్నానికే పోతున్నాము. దగ్గరలో ఒక స్టేషన్ వస్తుంది. అక్కడ దిగి, ఆ ఊర్లో మాకు తెలిసిన ఒకాయన ఒక లెటర్ ఇస్తాడు. దాన్ని తీసుకొనిపోతే ఒక ఫ్యాక్టరీలో తప్పకుండా మాకు ఉద్యోగం వస్తుంది, నీకూ ఇష్టమైతే మా వెంటరా! ఆ లెటర్తో మనందరికి ఉద్యోగాలు వస్తాయి. మనందరం కలసి ఒకే రూములో ఉందాము. మన ఖర్చులు కూడా తగ్గుతాయంటూ తియ్యని మాటలు ముచ్చటగా నమ్మబలికారు.

అందరి పని ఒక్కటే అయినందున రహీముల్లా వాళ్ళతో పాటే, ఆ అర్ధరాత్రి, స్టేషన్లో దిగి ఆ చీకట్లో దగ్గరల్లో ఉన్న ఊరికి బయలుదేరారు. చీకటి భయంగా ఉంది. కొంత దూరం పోయిన తర్వాత రహీముల్లాకు తాత చెప్పిన మాటలు గుర్తుకొచ్చాయి. "ఒంటరిగా పోతున్నావు. అపరిచిత వ్యక్తులను వెంటనే నమ్మవద్దు. ఎవ్వరికీ నీ స్వంత విషయం చెప్పవద్దు" అనే మాటలు అతని చెవుల్లో గింగురుమని మ్రోగినాయి. రహీముల్లా ఒక్క క్షణం నిలబడినాడు. ప్రక్కనున్న వ్యక్తి అడిగాడు. 'ఏమిటి? రహీమ్ భయమా! ఏం భయపడకు. అదుగో, అక్కడ దూరంగా లైట్లు కనబడేదే ఆ ఊరు. ఇంకెంత సేపు, అర్ధగంటలో అక్కడికి చేరుకుంటాము. నీవు, వేరే ఏమీ ఆలోచించకుండా, బిరబిర నడువు"అన్నాడు.

రహీముల్లాకు మొహమాటమెక్కువ. అతను ఏం మాట్లాడకుండా కొంతదూరం నడిచాడు. ఊరు ఎంతకూ రాలేదు. మనుషులెవ్వరూ కనబడలేదు. ఆ ప్రాంతం చాలా నిశ్శబ్దంగా ఉంది. కీచురాళ్ళ ధ్వనులు గీయంటూ చెవుల్లో మారుమ్రోగుతున్నాయి. అతనికి భయమెక్కువైంది.

ముందు నడిచేవాడు అన్నాడు, రహీమ్ నీకు నీ బ్యాగు బరువుగా ఉన్నట్లుంది. "కొంచెం సేపు నేను తెస్తాను. ఇట్లా ఇమ్మన్నాడు". రహీమ్ ఇవ్వలేదు. వెనుక వాడు కోపంగా వాణ్ణేమడుగుతావు. ఇప్పటికే ఆలస్యమైంది. రెండు తగిలించమన్నాడు. పశుబలం ముందు నమ్మకం ఓడిపోయింది. రహీమ్ ఎంతగింజుకున్నా వారి నుండి తప్పించుకోవడం సాధ్యంగాక నేల కొరిగాడు. వాళ్ళు అతని బ్యాగుతోపాటు వేసుకున్న బట్టలుకూడా ఊడబెరుక్కొని అక్కడి నుండి ఉడాయించారు.

ఆ చీకట్లో కొందరు కూలీలు, దగ్గరలోని పట్టణానికి పోవడానికి, రైలు కోసం ఆ దారి గుండా పోతున్నారు. ఆ మసక చీకట్లో, రహీమ్ వాళ్ళ కాళ్లకు తగిలాడు. అరకొర ప్రాణంతో కొట్టుమిట్టాడుతూ అపస్మారకంగా పడివున్న రహీముల్లాను చూచి, వాళ్ళు అయ్యో! ఎవరో ఇతన్ని కొట్టిపడేసినట్లున్నారు. ఇతనిలో ఇంకా ప్రాణముందని, దగ్గర్లోని ఆనందాశ్రమంలో చేర్చిపోదామని, అక్కడికి తీసుకొని పోయినారు.

ఆ ఆశ్రమం ఆనందస్వామిది. ఆయన రైల్వేలో పదవీ విరమణ, తర్వాత కొంత భూమిని కొనుక్కొని అక్కడ ఆశ్రమం నిర్మించుకొని ఉచితంగా చుట్టుపట్ల పల్లెవాసులకు, వైద్యసాయ మందిస్తున్నాడు.

ఆ కూలీలు రహీముల్లాను, ఆశ్రమంలోకి తీసికొనిపోయి ఆనందస్వామిని పిలిచారు. ఆ శబ్దానికి, ఆయన వెంటనే మేల్కొని, అక్కడికి వచ్చి రహీమ్ నాడి పరీక్షించి, బ్రతికినట్లు గుర్తించి, కొన్ని సూదిమందులిచ్చి, గ్లూకోస్ ఎక్కించి, అతణ్ణి ప్రత్యేకశ్రద్ధతో గమనింపసాగాడు. వారం తర్వాత రహీముకు మెలకువ వచ్చింది. కాని రహీం తానెవ్వరో తనకు తెలియని అపస్మారకస్థితిలో ఉన్నాడు.

సంవత్సరం గడిచింది. రహీముల్లా ఎవరితోను మాట్లాడకున్నా, కొన్ని చిన్న చిన్న పనులు, చేస్తున్నాడు.

ఒకనాడు ఆశ్రమంలో ఒక గుండ్రని కర్రదుంగ కనబడింది. వెంటనే తాను వంటగదిలోకి వెళ్ళి, చాకు తెచ్చి, కర్రదుంగను సాపుచేసి, చూస్తుండగానే దాన్ని అందమైన స్త్రీ మూర్తిగా మలిచాడు.

ఆనందస్వామి దాన్ని చూచి, ఇతని తలలో పూర్వజ్ఞాపకాలు కదలుచున్నాయని, అతనికి అందుబాట్లో మరికొన్ని టేకు దుంగలను ఉంచమన్నాడు. రహీం తనకు దొరికిన కర్రదుంగలను రకరకాల నాట్యభంగిమలో అందమైన బొమ్మలుగా తీర్చిదిద్దాడు. అవన్ని ఆయా గదులలో అందంగా అలంకరింపబడినాయి.

కొన్ని నెలలు గడిచాయి. ఒకనాడు ఒక పత్రికా విలేఖరి, ఆనందస్వామి సేవలు తెలుసుకొని, ఆ ఆశ్రమానికి వచ్చినాడు. అక్కడ అన్ని గదులలో అందమైన కొయ్య బొమ్మలను చూచి ఆశ్చర్యపడి, వాటిని వివిధ భంగిమలలో ఫోటోలు తీసుకున్నాడు. ఆ విలేఖరి, తాను వచ్చిన పని వదలి, రహీముల్లాను గూర్చి తెలుసుకొని "మరుగునపడ్డ దారు శిల్పాచార్యుడు" అనే శీర్షికన తన పత్రికలో ఒక ప్రత్యేక వ్యాసం వ్రాశాడు.

ఆ వ్యాసం రహ్మాత్ పట్టణంలో కొందరు చూచి, రహీముల్లాను గుర్తుపట్టి అతని తండ్రి శమీవుల్లాకు చూపించినారు. అది చూచి శమీవుల్లా తప్పిపోయిన తన కొడుకు దొరికినాడని చాలా సంతోషించారు. ఆ మరునాడే శమీవుల్లా ఆనందస్వామి ఆశ్రమానికి చేరి, కొడుకును చూచి పలుకరించినాడు. రహీముల్లా తండ్రిని చూచి కూడా తెలియని

వానివలె ఉన్నాడు. అతనితో ఒక్కమాట కూడా మాట్లాడలేదు. అది చూచి తండ్రి చాలా బాధపడి, తన ఊరికి పోయి విషయమంతా తండ్రితో చెప్పగా, ఆయన మనుమని దుస్థితి తలచుకొని బాధపడి, కుటుంబ సమేతంగా వచ్చి రహీముల్లాను పలుకరిస్తే, అతను వారిని అపరిచిత వ్యక్తులను చూచినట్లు చూచినాడే గాని ఒక్కమాట మాట్లాడలేదు. వారు అతన్ని తీసికొని పోవడానికి ప్రయత్నించగా ఆనందస్వామి మరికొన్నాళ్ళు అతణ్ణి ఇక్కడే ఉంచమన్నాడు. తాత కూడా ఆశ్రమంలోనే ఉండిపోయినాడు.

తాత, అక్కడ ఆ ఆశ్రమంలోని గదులలోని బొమ్మలను చూచి తన బ్రతుకుతెరువైన దారుశిల్పాల నిర్మాణం, నా మనుమనికి ఎట్లా అలవడిందో! ఏమోనని ఆశ్చర్యపడి, "రహీముల్లా చదువుకుంటున్నప్పుడు అతను చూచిన దేవాలయాల్లోని రాతి శిల్పాలను చూచి, తాను వాటిని చిత్రాలుగా గీయడం, అపుడప్పుడు తాను కూడా కొన్ని కర్రదుంగలు తీసుకొని వాటిని ఆటబొమ్మలుగా చెక్కడంలో తనకు సహాయపడడం అన్నీ" గుర్తుకొచ్చాయి.

రహీముల్లా తనలో తాను లేకున్నా అతడు నేర్చిన విద్య మాసిపోక అతని మెదడు, లోపలి పొరల్లో నిక్షిప్తమై ఉందని గ్రహించాడు తాత.

అతను మనుమని దగ్గర కూర్చుని, అతని తల, వీపు నిమురుతూ ఓర్పుతో ఆప్యాయంగా పలకరిస్తూ, ప్రేమతో చాలా విషయాలను గుర్తుచేస్తూ అక్కడే అతని వెంటే ఉంటూ, అతనికి ఇష్టమైన పండ్లు, తినుబండారాలు తినిపిస్తూ అక్కడే ఉండిపోయాడు.

మూడు నెలలు గడిచాయి. ఒకనాడు రహీముల్లా తాతను చూచి నవ్వాడు. అది చూచి ఆనందస్వామి, తాతతో అన్నాడు. మీరు ఇంతకుముందు జరిగిన సంఘటనలు ఒక్కొక్కటి గుర్తుచేస్తూనే ఉండండి. ఏదో ఒకనాడు అతనికి గతం గుర్తులన్నీ జ్ఞాపకమొస్తాయనగానే! తాతకు చాలా సంతోషమైంది. ఆనందస్వామి చెప్పినట్లే తాత చూపే అనురాగ వాత్సల్యాలకు, రహీముల్లాకు ఒక్కొక్కటి గుర్తు రాసాగాయి. ఒకనాడు రహీముల్లా, తాతను కన్నులార్పకుండా చూచి, ఏదో గుర్తుకొచ్చిన వానివలే 'తాతా!' అంటూ అతన్ని గట్టిగా కౌగిలించుకున్నాడు.

ఆ సంఘటన చూచి ఆశ్రమంలోని వారందరికి చాలా సంతోషమైంది. తాత రహీంతో, మన ఊరికి పోదామన్నాడు. ఆ మాట వినగానే రహీముకు చిరుకోపంతో నేను ఈ ఆశ్రమాన్ని వదలి రానన్నాడు. తాత ఊరికి పోయి, అతని అమ్మానాన్నలకు వివరాలు చెప్పి, వారిని కూడా ఆశ్రమానికి తీసుకొని వచ్చినాడు.

కాలక్రమంలో రహీముల్లా దారు శిల్ప నిర్మాణ కౌశలంతో, మంచి మంచి నాణ్యమైన కొయ్యతో చిత్రాలు చెక్కడంలో మంచి పేరు ప్రఖ్యాతలు పొందాడు. చూస్తుండగానే ఆనందాశ్రమం దారు శిల్పారామమైంది. ఆనందస్వామి అక్కడ ఒక దారు

శిల్ప పాఠశాల నిర్మించాడు. అది దిన దిన ప్రవర్ధమానమై బాగా అభివృద్ధి చెందింది. చివరకు ఆ ఆశ్రమం రహీం దారు శిల్పాశ్రమంగా మారింది. నేటికిని అది ఎందరికో ఉపాధినిస్తుంది.

మనం చదివిన చదువు నేర్చిన పనులు మెదడు పొరల్లో ముద్రపడి నిక్షిప్తమై ఉంటాయి. అది గుర్తించుకొని బాగా చదువుకోవాలి. అదే మనకు మాసిపోని ధనమౌతుంది.

# అడ్డోడు

ఒకప్పుడు కురుమ రాజ్యాన్ని సౌవర్ణుడు పాలించేవాడు. అతడు అప్పుడప్పుడు, మారువేషంలో దేశ సంచారంచేస్తూ ప్రజల కష్టసుఖాలను తెలుసుకుంటూ ప్రజారంజకంగా తన పరిపాలన సాగించేవాడు. ఒకనాడాయన తన రాజ్య సరిహద్దు ప్రాంతంలో తిరుగుతూ, చిట్ట చివరి పల్లెదాటి ఇంకా ముందుకుపోగా, ఆయనకు అక్కడ ఒక పూరిగుడిసె కనబడింది.

రాజు గుర్రం దిగి అక్కడికి వెళ్ళి చూడగా, ఒక ముసలామె మట్టిపాత్రలో వంట చేసుకుంటుంది. రాజు ఆమెను సమీపించి, ఎవరమ్మా నీవు, మానవ సంచారంలేని ఈ ప్రాంతంలో, ఒంటరిగా ఎట్లుంటున్నావని అడిగాడు.

ఆమె అతణ్ణి ఎగాదిగా చూచి, నీవెవరు నాయనా! ఇంత నిర్భయంగా ఇక్కడికి వచ్చినావు. అక్కడ దూరంగా ఉన్న పల్లెవాళ్ళు నిన్నుచూస్తే నీకు చాలా ప్రమాదం. వెంటనే ఇక్కడి నుంచి వెళ్ళిపొమ్మంది. సౌవర్ణుడన్నాడు. అవ్వా! నేను బాటసారిని. కొత్త ప్రాంతాలు చూడాలనే కోర్కెతో అప్పుడప్పుడు ఇలా తిరుగుతుంటాను. నాకు చాలా ఆకలిగా ఉంది. తినడానికి, ఏమైనా పెట్టగలవా అని అడిగినాడు.

అవ్వ అతనితో, అయ్యో! ఆకలిగా ఉందా! ఇక్కడే కొంచెం సేపు కూర్చోమని చెప్పి, దగ్గరలోని అడవిలోకి పోయి, కొన్ని ఆకులు కోసుకొని వచ్చి, వాటిని ఉడికించి, అందులోకి కొంచెం జొన్న పిండి కలిపి రొట్టె చేసి పెట్టింది. రాజు దాన్ని తిని, కొన్ని నాణేలు ఇవ్వబోతే ఆమె తిరస్కరించింది.

అంతలో పదేండ్ల పిల్లవాడు పరిగెత్తుకొచ్చి గోముగా అవ్వమెడ, కరచుకొని అవ్వా! అక్కడ దూరంగా ఆ పల్లెలో చాలా మంది పిల్లలు ఆడుకుంటుంటే నేను కూడా వారితో కలిసి ఆడుకుంటానంటే, వాళ్ళందరూ నన్ను చూచి నవ్వి, వాళ్ళమాదిరి నాకు అంగీనిక్కరు లేదని, నన్ను గేలిచేసినారు. అవ్వా! అక్కడ ఒక్కరు కూడా నా మాదిరి మొలకు గోచీ పెట్టుకోలేదు నాకు కూడా అలాంటివి తెచ్చివ్వమని ఏడుస్తూ అక్కడే ఉన్న కొత్తవాణ్ణి చూచి, సిగ్గు బిడియంతో దూరంగా పోయి ఒకమూల గడ్డికప్పుకొని అతణ్ణి భయంతో చూడసాగాడు.

అవ్వ రాజుతో చెప్పసాగింది. అయ్యా! వాడు నా మనుమడు. నా కొడుకు కుమారుడు. వాని తండ్రి, అక్కడ కనబడే ఆ పల్లె పిల్లను ప్రేమించి ఎవ్వరికీ తెలియకుండా ఇక్కడే ఉండేవాడంట. వాళ్ళకు పుట్టిన వాడే ఈ అడ్డోడు.

ఒకనాడు నా కొడుకు నా వద్దకు వచ్చి, వాళ్ళ విషయం చెప్పి నన్ను వాళ్ళదగ్గరకు రమ్మన్నాడు. కొన్నాళ్లకు నేను వాళ్ళను చూడటానికి రావడాన్ని ఆ పల్లోళ్ళు చూచి, కోపంతో వాళ్ళందరూ గుంపుగా, కర్రలు, కొడవళ్ళు, గొడ్డళ్ళు తీసుకొని నాకొడుకు మీదకి వచ్చినారు. అది చూచి నా కొడుకు, కోడలు ఈ అడ్డోణ్ణి ఇక్కడే వదిలి అడవిలోకి పారిపోయినారు. అయినా వాళ్ళు వారిని వదలక వెంటబడి తరుమగా, నా కొడుకు, కోడలు అడవిలో, సింహాల గుట్టవైపు పారిపోయినారు. అక్కడికి పోయిన వారెవ్వరూ ఇంతవరకూ రాలేదని చెప్పి కంట నీళ్ళుపెట్టుకుంది.

ఆ మాటవిని రాజు అన్నాడు, నీ కొడుకు, కోడలు కలిసి బతికితే, పల్లె వాళ్ళకేమయింది అనగానే ! అవ్వ అంది, వాళ్ళు ఎక్కువ కులపోల్లంట. అందుకే వారికి మా వాళ్ళపై అంత కోపమనగానే, పల్లెవాళ్ళకేమైంది. ఆమె మాటవిని రాజన్నాడు, అవ్వా! ఈ తేడాలు మనుషుల్లో బాగా లోతుగా పాతుకొని పోయినాయి. మనుషులంతా ఒకటే, అందరిలోనూ, రక్తమాంసాలే ఉండేది ఎందుకో ఈ మనుషుల మధ్య ఇలాంటి హెచ్చుతక్కువలున్నాయి. ఆ విషయాలు ఇంతవరకు నాకు అంతుపట్టకుండా ఉన్నాయన్నాడు.

అడ్డోడు, అవ్వను సమీపించి, అవ్వా! “అతడు మన, మట్టి మూకుట్లో, రొట్టె తిన్నాడు. అతని శక్తులన్నీ తగ్గిపొయ్యుంటాయి. మన పాపమంతా అతణ్ణి చుట్టుకొని ఉంటుంది. అతణ్ణి, మన గుడిసెలోకి ఎందుకు రానిచ్చినావు. అతనికి తెలీదేమో! ఈడనుంచి, వెళ్ళి పొమ్మని చెప్పవ్వా!” అన్నాడు. .

రాజు నవ్వుతూ అతని దగ్గరకుపోయి ఎత్తుకొని, ఏదీ! నాశక్తులన్నీ పోలేదే అని అనగానే, అడ్డోడు గాబరాపడి, గట్టిగా అరచి, అవ్వా! ఈయన నన్ను తాకినాడు. మన రోగాలొస్తాయేమో!!, నీవు నాకు, ఎప్పుడూ, ఇచ్చే ఆకులు నూరివ్వు, భూతాలు పట్టకుండా, ఉప్పు మిరపకాయలు, దిగదీచి, పొయ్యిలోకి వెయ్యవ్వా. అయ్యో! పాపం ఈతడు అన్యాయమైపోతాడవ్వా! అంటూ జాలిపడ్డాడు.

అవ్వ రాజుతో, అంది. అయ్యా! మీరు గొప్పోళ్ళు, మా గుడిసెల్లోకి రావడం తప్పు, మావాణ్ణి తాకడం మరీ తప్పు. మీరు మైలబడిపోతారు. ఈడ్నుంచి వెళ్ళిపోండయ్యా.! అంటూ చేతులు జోడించింది. ఆమె అజ్ఞానపు అమాయకత్వానికి, రాజుకు చాలా బాధైంది. అతను మారుమాట్లాడక గుర్రమెక్కి వెళ్ళిపోయాడు. అప్పటి నుండి రాజు, అప్పుడప్పుడు అక్కడికి వస్తూ, అవ్వకు, అడ్డోనికి, కట్టుకోవడానికి గుడ్డలు, తినడానికి తిండి, ఏదో ఒకటి ఇచ్చిపోయేవాడు.

రాజు ఆ పల్లీయుల మూఢవిశ్వాసాలను ఎలా పోగొట్టాలా అని ఆలోచించి చివరకు, "విద్య వల్ల గ్రామ ప్రజలను చైతన్యవంతం చేయవచ్చునని", అక్కడక్కడ పాఠశాలలు ప్రారంభించి మారుమూల పల్లెలకు ఉపాధ్యాయులను పంపించినాడు.

క్రమంగా అడ్డోనికి రాజుకు మధ్య స్నేహం కుదిరింది. ఒకనాడు అడ్డోడు రాజును అడిగాడు! అయ్యా! మీ ఊర్లలో పెద్దపెద్ద దేవుని గుళ్ళు ఉన్నాయంట. దేవుణ్ణి చూపిస్తావా! దేవుణ్ణి తాకి పూలేస్తే! చదువు వస్తుందంట! దేవుని పూజారి, పూజచేసిన పూలు, 'పచ్చబియ్యం' మననెత్తిపై వేస్తే! పాపాలు పోతాయంట? దేవుని ముందుపెట్టిన బువ్వ తింటే తెలివి పెరిగి, రాజుకోటలో ఉద్యోగ మొస్తుందంట. అయ్యా! నీ కాల్మొక్తా నీకు అబ్బినప్పుడు నన్నుకూడా ఆ గుడికి పిలుచుకపోతావా? అని ప్రాధేయపడి అడిగినాడు. రాజు చిరునవ్వు నవ్వుతూ "నీవు దేవుణ్ణి ఏం కోరుకుంటావని అడిగాడు"?.

వెంటనే అడ్డోడు చెప్పసాగాడు, "అవ్వా నేను, ఆ పల్లెలో ఉండాల. మా అమ్మ, నాయన, బతికి మా దగ్గరకు రావాలని అడుగుతానన్నాడు.

ఆ మాట వింటూనే, రాజు కళ్ళు చెమర్చాయి. ఈ అడ్డోడుకి, తన తల్లి దండ్రులని చూడాలనే గాఢ తపనకు, రాజు హృదయం కరిగినీరైనట్లైంది. కొన్ని నెలలు గడిచాయి.

ఒకనాడు అడ్డోడు "వేటకు పోదామని రాజును అడిగాడు. వెంటనే వారిరువురు అడవికి బయలు దేరారు. అక్కడ ఒక సింహం ఎదురుపడి చెవులు తూట్లుపడేలా గర్జించింది. రాజు వెంటనే దానిపై బాణాలు వేశాడు. అది పారిపోయింది. అడ్డోడు భయంతో గట్టిగా అరచి క్రింద పడి, చలనం లేక బిగుసుకుపోయినాడు. రాజు వాణ్ణి అవ్వ దగ్గరకు తీసుకుపోయి, విషయం చెప్పి మందులిప్పించి, బాగుచేయించి, తీసుకువస్తానని చెప్పి, రాజధానివైపు గుఱ్ఱాన్ని పరుగు తీయించాడు.

అక్కడ వైద్యులు ఎన్ని మందులిచ్చినా వానిలో చలనం రాలేదు. అదిచూచి వైద్యులు ఇతనిపై ఆశ వదులుకొమ్మన్నారు. కొందరు పండితులు దేవునిపై భారంవేసి యజ్ఞం చేయించి యజ్ఞజలం వీనిపై చల్లించమన్నారు. మరికొందరు దేవునికి అభిషేకం చేయించిన జలం చల్లి, అక్షింతలు వేయించమన్నారు. మరికొందరన్నారు, పుణ్యస్త్రీలు ఇతణ్ణి తాకితే, నయం కావచ్చునన్నారు. ఇంకా కొందరన్నారు నిత్యం దేవుని సన్నిధిలో ఉంటూ స్వామిని తాకి పూజించిన వారి, చేతులతో ఇతన్ని తాకించమన్నారు. ఇలా కొందరు దేవుని మెడలోని పూలదండలు వేయించమన్నారు. కొందరు ఏడు నదుల, ఏడు సముద్రాల నీళ్ళు తెప్పించి చల్లించమన్నారు. రాజు అందరూ చెప్పినవన్నీ చేయించాడు. అడ్డోనిలో ఉలుకూ, పలుకూ, లేదు. అనుకోకుండా రాజుకు ఒక ఆలోచన వచ్చింది. వీడు ఎక్కడ నేలపై పడినాడో, అక్కడికే పిలుచుకొని పోయి చూస్తే, బాగుంటుందేమోననుకొని, రాజు అతణ్ణి గుర్రంపై వేసుకొని, కొందరు సైనికులు తోడురాగా అక్కడికి చేరినాడు. వారు అక్కడికి చేరగానే, రెండు సింహాలు ఎదురుపడి భీకరంగా గర్జించాయి. వెంటనే సైనికులు వాటిపై బాణ వర్షం కురిపించారు. అవి కాలికి బుద్ధి చెప్పాయి.

ఆ సింహ గర్జనలు అడ్డోని చెవిని సోకగానే, అతనిలో చలనమొచ్చి భయంతో అరుస్తూ గుర్రంపై నుండి కిందకి జారి పరగు తీశాడు. రాజుకు చాలా సంతోషమైంది. అతడు వాణ్ణి అవ్వకు ఒప్పజెప్పి రాజధానికి చేరాడు. రాజు మనసు మనసులో లేదు. అతని ఆలోచనలు పరిపరివిధాల పోయినాయి. ఈ పిల్లగానికి ఎన్ని ఆశలున్నాయి! అవన్నీ నేడు అడియాశలైనాయని చాలా బాధపడినాడు.

"మేము గొప్ప జాతుల వాళ్ళం, మతాల వాళ్ళం, కులాల వాళ్ళం అనుకునే వాళ్ళలో ఏ గొప్పలు లేవు. అది ఒట్టి భ్రమ మాత్రమే. ఎవరిలోనూ ఏ శక్తులూ లేవు. మనుషులంతా ఒక్కటే ననుకొని", రాజు తన రాజ్యంలోని మనుష్యుల్లో ఇన్ని తేడాలు ఉండకూడదు. దేశమంతా ఒకే మతం, ఒకే జాతి. అని ప్రకటించి అలా శాసనం చేయించాడు.

ఒకనాడు రాజ్యసభలో వివరణ ఇస్తూ ఎవరైనా గాని, నా శాసనానికి ఇష్టమున్న వాళ్ళు మాత్రమే, నాదేశంలో ఉండవచ్చు. లేదా రాజ్యం వదలి వెళ్ళి పోవచ్చునని చెప్పి,ఆ మాటలు ఊరూరా దండోరా వేయించాడు. దేశంలోని పల్లెలు, పట్నాలలో అనేక పాఠశాలలు నెలకొల్పాడు. ప్రజల్లోని మూఢ విశ్వాసాలను, తెలుపుతూ సంస్కార వంతులుగా ఎలా జీవించాలో పుస్తకాలు వ్రాయించి, అట్లాంటి విషయాలు చెప్పమని కొందరికి శిక్షణ ఇచ్చి ఊరూరా ప్రచారానికి పంపించాడు. ఇట్లా కొన్నేళ్ళు గడిచాయి.

అడ్డోడు రాజభవనంలో ఉంటూ అన్ని విద్యలు నేర్చుకున్నాడు. అతను పెద్దవాడై విద్యావంతుడైనాడు. రాజు వాని పేరు 'ఆదర్శ'గా మార్చాడు. క్రమంగా అతను రాజ్య

పరిపాలనలో ప్రధాన వ్యక్తియై, ఆ దేశాన్ని ఆదర్శ రాజ్యంగా తీర్చిదిద్దడంలో రాజుకు బాగా సహకరించాడు.

ఒకనాడు పూర్వమమకారంతో అవ్వ తన పాత పూరిగుడిసెను చూడడానికి వెళ్ళింది. అక్కడ ఆమెకు తన కుమారుడు, కోడలు కనిపించారు. అవ్వకు చాలా సంతోషమైంది.

కొడుకన్నాడు అమ్మా! ఆరోజు మేం పరిగెడుతూ నదిలో దుమికి, దూరప్రాంతానికి వెళ్ళి అక్కడే తలదాచుకున్నాం. ఈ రాజ్యంలో కుల, మతాలు లేకుండా ప్రజలందరూ ఒకే జాతిగా 'ఒక్కటైనారని' విని ధైర్యంగా ఇక్కడికి వచ్చినామన్నారు. అవ్వ చాలా సంతోషించింది. ఆమె వారికి అడ్డోని విషయమంతా చెప్పి. రాజధానికి తీసుకొని పోయింది.

'ఆదర్శ'గా మారిన "అడ్డోడు" క్రమంగా చుట్టుపట్ల ఉండే పొరుగు రాజ్యాలను జయించి తమ రాజ్యంలో కలుపుకొన్నాడు. రాజు 'ఆదర్శ'కు తన ఏకైక కూతుర్నిచ్చి పెండ్లి చేసి, రాజ్యాన్ని ఆదర్శకు ఒప్పజెప్పి ప్రశాంత జీవితం గడిపాడు.

# గతం గుర్తులు

పరేంగి అనే ఊర్లో ఒక చక్కెర ఫ్యాక్టరీ ఉండేది. దాని పరిసర ప్రాంతంలో ఐదేండ్ల నుండి వర్షాలు తగినంత పడనందున రైతులు చెరుకు పంట పెట్టడం మానేశారు. దానితో ఫ్యాక్టరీ మూతపడింది. చాలా మంది కార్మికులు ఉపాధి కోల్పోయి బ్రతుకు తెరువు కోసం ఎవరికి వారు, వారికి అనుకూలమైన ప్రాంతాలకు వెళ్ళిపోయినారు.

ఆ కార్మికులలో నంజన్న, పాపన్నలు చిన్ననాటి నుంచి మంచి స్నేహితులు. వారు బాగా ఆలోచించి, మనం వేరే ఊర్లకు పోవడమెందుకు ఇక్కడే తోపుడుబండ్లు తెచ్చుకొని గ్రామాల్లో పనికిరాని పాత లోహపు సామాన్లు, ప్లాస్టిక్ వస్తువులు కొని, పట్టణంలో గుజరీ అంగళ్ళకు అమ్మితే, మన బ్రతుకు గడిచిపోతుందనుకొన్నారు.

ఆ ప్రకారం వాళ్ళు తోపుదు బండ్లు కొనుక్కొని, వ్యాపారం ప్రారంభించారు. వారు ఎక్కడకు పోయినా ఇద్దరూ కలిసేపోయేవారు. అయితే ఎవరి వ్యాపారం వారిదిగా సాగుతూ ఉంది.

ఒకనాడు ఇద్దరూ ఒక పల్లెకుచేరి ఒక్కొక్కరు ఒక్కో వీధికి పోయినారు. నంజన్న ఒక వీధిలో పోవుచుండుగా ఒక నడివయస్కురాలు, అతణ్ణి పిలిచి ఒక పాత గోనిసంచె మూట అతని ముందువేసి, ఈ సామాన్లు అన్నీ తీసుకోమంది. నంజన్న ఆ ఇంటిని పరిశీలనగా చూశాడు. ఇల్లు చాలా పెద్దది. ఒకప్పుడు బాగా బ్రతికిన ఇల్లేననుకొని ఆ మూట విప్పి, అల్యూమినియం, రాగి, ఇనుము వంటి వస్తువులు వేరుచేసి వాటిని తూచి ఆమెకు డబ్బిచ్చి అన్నింటిని, తన బండికెత్తుకొని వెళ్ళిపోయినాడు.

ఇంటివద్ద వాటిని వేరుచేస్తుండగా అతనికి బాగా మసిపట్టి నొక్కులుపట్టిన చిన్నతట్ట, చిన్న దేవుడి బొమ్మ కంటపడింది. అతను వాటిని వేరుచేసి భార్యకు ఇచ్చి వీటిని చింతపండుతో బాగా 'తోమి' శుభ్రంచేసి కడిగిపెట్టమని చెప్పి ఆ మిగతా సామాను గుజరీకి తీసుకెళ్ళాడు.

సాయంత్రం అతడు ఇంటికి రాగానే, భార్య ఆ శుభ్రం చేసిన, ఆ రెండు వస్తువులను అతనికి చూపించింది. తట్ట తెల్లగా వెన్నెల్లా మెరుస్తూవుంది. దేవుని బొమ్మ పసుపు రంగుతో మిలమిలలాడుతోంది అది చూచి అతనికి ఆశ్చర్యమైంది. మరుసటి రోజు ఆ రెంటిని బంగారు అంగట్లో పరీక్ష చేయించినాడు. తట్ట వెండిదిగా, విగ్రహం బంగారుదని తెలుసుకొని చాలా సంతోషమయిందతనికి.

అది తెలిసినప్పటి నుండి అతని మనస్సు తక్కెడై ఊగిసలాడింది. అతను అనుకున్నాడు, ఇది పరాయి సొమ్ము ఆ పల్లెటూరామె తనకు తెలియక ఆ వస్తువులు నాకు అమ్మివేసిందని నిశ్చల మనస్సుతో, ఒక వారం తర్వాత ఆ గ్రామానికి తోపుడు బండితో పోయినాడు. ఆ ఇల్లు తాళం వేసి ఉంది. విచారిస్తే ఆమె ఇక్కడ బ్రతకలేక, ఇల్లు కూడా అమ్మేసి కుటుంబమంతా వేరే ఊరికి వెళ్ళిపోయినారని, వారు ఎక్కడికి వెళ్ళింది, తెలియదన్నారు పక్కింటివారు.

నంజన్న మనస్సు మనసులో లేదు. ఆ తర్వాత వారం దినాలకు అతడు తిరిగి ఆ ఊరికి పోయి చూసినాడు. ఆమె జాడ తెలియలేదు. ఆ భగవంతుడే నాకు, ఇలా ఆమె రూపంలో, సాయపడినాడని అతను మనస్సులో అనుకొని ఆ రెంటిని అమ్మి డబ్బు చేసుకున్నాడు.

అనుకోకుండా వచ్చిన డబ్బు, కొందరిని చెడు మార్గంవైపు మళ్ళిస్తే, కొందరిని ఉన్నత స్థితికి తీసుకునిపోతుంది. నంజన్న ఆలోచనలు బాగా వికసించినాయి. అతను తన సొంత గ్రామంలో ఉన్న కొద్దిపాటి ఆస్థిని కూడా అమ్మేసి డబ్బు చేసుకున్నాడు.

నంజన్న ఈ విషయమంతా పాపన్నతో చెప్పకుండా, "తన దగ్గర కొంత డబ్బు ఉందని దాంతో మనం స్వతంత్రంగా గుజరీ వ్యాపారం చేసుకుందాం, నాతో భాగస్వామిగా చేరుతావా!" అని అడిగినాడు. పాపన్న సమ్మతించలేదు. చేసేదేమీలేక నంజన్న ఒక్కడే సొంత వ్యాపారం ప్రారంభించాడు. పాపన్న సంతోషంతో తన మిత్రుడు వ్యాపారం ప్రారంభించినాడని, తాను కూడా మరికొంతమందిని తన వెంట, తోడు తెచ్చి, అతనికి పరిచయం చేశాడు. వారందరూ నంజన్నకే తాము తెచ్చిన గుజరీ సరుకు అమ్మేవాళ్ళు.

అదృష్టం కలిసి వస్తే పట్టిందల్లా బంగారమే! నంజన్న వ్యాపారం లాభసాటిగా సాగుతుంది. అతను తన అంగడి చుట్టుపక్కల కొన్ని అంగళ్ళు కూడా కొన్నాడు. అక్కడే నివాసానికి అనుకూలంగా ఒక ఇల్లు కట్టుకున్నాడు. గుజరీ వ్యాపారంతోపాటు గృహ నిర్మాణాలకు కావాల్సిన స్టీలు, సిమెంటు వ్యాపారం కూడా ప్రారంభించాడు. చూస్తుండగానే పది సంవత్సరాలు అట్లే గడిచిపోయాయి.

ఒకనాడు ఆ వీధిలో ఒకామె తోపుడు బండిలో కాయగూరలు అమ్ముతూ పోతూంది. నంజన్న ఆమెను చూచాడు. అతని మనస్సులో వెండి తట్ట, బంగారు విగ్రహాన్ని పాత సామాన్లతో కలిపి తనకు అమ్మిన ఆమె అని బాగా గుర్తుకొచ్చింది. అతడు ఆమెను గుర్తించాడు. వెంటనే తన భార్యను పిలిచి, ఆమె వద్ద కూరగాయాలు కొనమన్నాడు. ప్రతి దినం ఆమెను తమ ఇంటికి వచ్చి కూరగాయలు అమ్మి పొమ్మని తన ఇంటి పనివానితో చెప్పిపంపాడు. అమె వస్తూనే ఆమె చెప్పిన ధర కంటే ఎక్కువ డబ్బులు ఇచ్చి పంపమన్నాడు. ఆమె మొదట డబ్బు వద్దని తిరస్కరించింది. నౌకర్లన్నారు మా యజమాని ఒకప్పుడు చాలా పేదవాడు. అందుకే ఇలా సాయపడుతున్నాడని చెప్పమన్నాడు. ఆమె తనకు ఇష్టం లేకున్నా డబ్బు ఎవరికీ చేదుకానట్లు తీసుకుంటున్నది. ఆ ప్రకారం ఆమె ప్రతిదినం కాయగూరలు తెస్తూంది. కాలం గడిచేకొద్దీ నంజన్న ఉదయమే, ఆమె ముఖం చూడలేనిదే మనస్సు నెమ్మదించేది కాదు.

ఆమె కనబడుతూనే ఒక దేవత తన ఇంటి ముందుకు వచ్చినట్లుగా మనస్సులోనే నమస్కరించుకొని తృప్తిపడేవాడు. ఆమెకు కూడా ఆ ఇల్లు ఒక కల్పతరువుగా కనబడసాగింది.

కొన్ని నెలలు గడిచాయి. సంజన్న భార్యతో అన్నాడు "నా చిన్ననాడు చనిపోయిన మా అక్క మాదిరిగా ఉందీ కాయగూరలామె. ఆమెను ఇంట్లోకి పిలిచి ఏదైనా సాయం చేయమన్నాడు. ఆ కాయగూరలామె మాట తీరులో చాలా ప్రేమాభిమానాలు కలబోసినట్లున్నందున, నంజన్న భార్య, ఆమెను పిలిచి తమ మనసులో మాట చెప్పి, మేము మీకు సాయం చేయాలని ఉంది. "ఎట్లా సాయం కావాలో చెప్పమంది". ఆమె సంతోషంతో

"నాకు బాడుగ తోపుడు బండి ఉంది. సొంత బండి కొనుక్కోవడానికి డబ్బు సాయం చేస్తే నేను ప్రతిదినం మీకు కాయగూరలు ఇస్తూ అప్పు తీరుస్తానంది." నంజన్న భార్య సరేనంది.

నంజన్న స్వయంగా వచ్చి, ఆమెకు కొంత డబ్బు, ఇస్తూ అన్నాడు, అమ్మా! "నీవు తిరిగి ఇవ్వాల్సిన పనిలేదు. పేదవారికి నేను చేసే సాయం ఇది. నేను మీకు చేసే సాయం దేవుని సేవగా భావించి ఇస్తున్నానన్నాడు"

ఆమె తమ గత జీవితాన్ని గుర్తుచేసుకుని చెప్పసాగింది. "మేము మొదటికి, బాగా బ్రతికిన వాళ్ళం. అంతా పోగొట్టుకొని ఉన్న ఊర్లో బ్రతకలేక ఇల్లు అమ్ముకొని పుట్టినిల్లు చేరినాము. అక్కడ కూడా కష్టమైనందున పట్నం చేరి కొడుకును, కూతురిని చదివించుకుంటూ బ్రతుకుతున్నామంది."

ఆమె మాటవిని, నంజన్నకు తన మనస్సు చెప్పసాగింది. "ఈమె వల్లనే నీవు ఇంత ఆస్థికి వారసుడవయ్యావు, నీవు మోసగాడవని హెచ్చరించింది". కాని అతనిలోని మంచి బుద్ధి అంది "నేను వ్యాపారం చేస్తూ వస్తువులు కొన్నానే కాని తప్పుచేయలేదనుకొని" ఇలా తర్జనభర్జనతో కొంతసేపు అతను ఆలోచన చేశాడు.

ఎక్కడ సమాధానం తృప్తినిస్తుందో అక్కడ శాంతి లభిస్తుంది. అతడు ప్రశాంతుడైనాడు.

నంజన్న అనుకున్నాడు "నేను ఆమె సొమ్ము తస్కరించలేదు". ఆమె సొమ్ము తిరిగి ఇవ్వాలనే ఆమె ఊరికి రెండు సార్లు వెళితే, ఆమె అక్కడ లేదు. అందువల్లనే నేను ఆమె సొమ్మును, డబ్బుచేసుకొని తెలివిగా వ్యాపారం చేసి లాభపడి ఇంత ధనవంతున్నైనాను. నేను ధర్మం వైపు, న్యాయం వైపే ఉన్నాననుకొని తనకు తానే తృప్తిగా సమాధానపడినాడు.

చివరకు ఆమెతో అన్నాడు, 'అమ్మా! 'నీ పిల్లల చదువులకు అయ్యే ఖర్చు నేనే భరిస్తాను.' నీ భర్తకు ఇష్టమైతే మా అంగట్లో పని చేయమను. ఎందుకోగాని నీవు నాకు అక్కలా అనిపిస్తున్నావు. అందుకే నేను, నీకు సాయం చేయాలనుకుంటున్నానని చెప్పి', ఆమెకు నమస్కరించాడు.

ఆమెకు చాలా సంతోషమైంది. 'సంజన్న మాటలు, భార్యకు ఏమీ అర్థం కాలేదు'. ఒక్క రూపాయి ఇవ్వాలంటే పదిసార్లు ఆలోచించే, ఈ మనిషి, ఈ రోజు ఎందుకు ఇట్లా ప్రవర్తిస్తున్నాడోనని, మారు మాట్లాడక అతన్నే చూస్తూ ఉండిపోయింది. నంజన్న మనస్సు పొరల్లో గతం గుర్తులు తెరలు తెరలుగా వస్తూ ఎగిసిపడే సముద్రకెరటాలై నెమ్మదిగా శాంతించాయి. పొందిన సాయం ఎప్పటికి మరిచిపోరాదు.

# స్వేచ్ఛ

ఒక ఊరిలో ఒక చాకలి ఉండేవాడు. అతనికి ఒక గాడిద ఉండేది. అతడు దానిపై ఉదయమే మాసిన బట్టలు వేసుకొని చాకిరేవుకు పోయి బట్టలు దించి, గాడిద ఎక్కడికీ పోకుండా దాని ముందు కాళ్ళు రెండు కట్టేసి వదిలేవాడు. గాడిద నెమ్మదిగా గెంతుతూపోయి అక్కడక్కడే దొరికిన గడ్డిమేస్తుండేది. తిరిగి అతడు సాయంత్రం ఉతికిన బట్టలు దానిపై వేసుకొని ఊరికి పోయి, ఇంటింటికి తిరిగి బట్టలు ఇచ్చి వచ్చేవాడు. ఆ పని పూర్తయిన తర్వాత పట్టుమని దానికి పిడికెడు గడ్డిగాని, అన్నం గాని పెట్టే వాడు గాదు. అంతెందుకు గుక్కెడు నీళ్ళు గాని పోసేవాడు గాదు.

అందుకే ఆ గాడిద అతని ఇంటివద్ద ఉండకుండా అక్కడక్కడ వీధుల్లో తిరుగుచూ దొరికినవి తింటూ వీధి వీధి తిరిగేది. ఒక్కోనాడు దానికి ఏమీ దొరికేది కాదు. చాకలి మాత్రం ఉదయమే అది ఎక్కడున్నా దాన్ని పట్టుకొని వచ్చి దానిపై మూటలువేసి చాకిరేవుకు తోలుకుపోయేవాడు. క్రమంగా ఆహారం లేక అది చిక్కి శల్యమై లేవలేని స్థితికి వచ్చింది.

అది చూచి అతడు ఇలాంటి గాడిదతో తనకేమీ పనీ జరగదని, దాన్ని తన్ని దూరంగా తరిమేశాడు. గాడిద ఊరిలో ఉండక దూరంగా కొండలవైపు వెళ్ళిపోయింది. అక్కడ పచ్చిక మేసి బాగా కండపట్టింది.

ఆ కొండ ప్రాంతాలకు గొర్రెల కాపర్లు తమ తమ గొర్రెలు, మేకలు తోలుకొని వచ్చేవారు. గాడిద ఆ మందలో కలిసి గొర్రెలతో, మేకలతో మాట్లాడుతూ గడ్డిమేసేది. సాయంత్రం అవన్నీ వెళ్ళిపోయిన తర్వాత తాను ఒంటరిగా కొండ దిగువ ప్రాంతాన ఉండిపోయేది.

ఒకనాటి ఉదయమే అది కొండ మధ్య, పెద్ద రాళ్ళ గుట్ట దగ్గర పచ్చికమేస్తూ ఉంది. అక్కడ దానికి ఒక చిన్న కొండ చిలువతో స్నేహమేర్పడింది. కొన్ని నెలలు గడిచాయి. ఆ కొండచిలువ పెరిగి పెద్దదైంది. ఒక నాడు అది గాడిదను చుట్టుకుంది. గాడిదకు చక్కలిగింతలయినట్లయింది. అది కొండ చిలువతో అంది, మిత్రమా! నన్ను బాగా చుట్టుకున్నావు అట్లే ఉండు. నేను నీతో మాట్లాడుతూ గడ్డి మేస్తుంటాను అంది.

కొండచిలువ నవ్వి “ఒరే-మూర్ఖుడా! నేను నిన్ను తినడానికి చుట్టుకున్నానంది”.

గాడిద అన్నది. మిత్రమా! “నన్ను నీవు ఒకేసారి మింగుతావా! లేక కొరికి తింటావా!” అంది. ఆ మాట వినగానే! కొండచిలువ అనుకుంది. ఇది ఎంత అమాయకమైంది, నేను దీన్ని చంపుతానని తెలిసినా దీనికి తెలియడం లేదు. ఇది ఎంత మట్టి బుర్రది, అని నవ్వుకొని, గాడిదను ఇంకా బిగుతుగా చుట్టుకొంది. గాడిద కొండచిలువతో “ఏం మిత్రమా! ఏమీ మాట్లాడక ఊరకున్నావు అనగానే కొండచిలువ అన్నది. ఒరే తెలివిలేని దద్దమ్మా! నాకు పండ్లులేవు నీకు తెలియదా! నిన్ను ఇప్పుడే మింగుతానంది.” గాడిద నెమ్మదిగా స్నేహితుడా! “ఒక్కసారి నీ నోరు పెద్దదిగా తెరిచి చూడు, నీకంటే నేనే పెద్దగా ఉన్నాను. నన్ను నీవు మ్రింగలేవు. అందుకే నన్ను కొరికి తినమంది. కొండచిలువ గాడిదను మింగడానికి నోరు పెద్దదిగా తెరచి చూచింది. ఆ నోరు గాడిదకంటే చిన్నదిగా ఉంది.

కొండ చిలువ నోరుచూచి గాడిదకు నిజంగా భయమేసింది. ఆపదలో ధైర్యం కోల్పోరాదని తలంచి, అది అన్నది. మిత్రమా! “ఇంతవరకూ నీవు గొర్రెలు, మేకలు, కుందేళ్ళ వంటి చిన్న ప్రాణులను మింగి ఉంటావు. వాటి ఎముకలు మెత్తనివి. అవి నీ కడుపులోకి పోతూనే తొందరగా జీర్ణమైపోతాయి. కాని నా ఎముకలు అలా కాదు చాలా గట్టివి. వాటిని పిండిచేసే యంత్రాల్లో వేస్తే ఆ మిషన్లు గిరగిర తిరగాల్సిందే తప్ప, నా ఎముకలు ముక్కలు కావు. నీవు నన్ను మింగి చెట్టుకు చుట్టుకుంటే, నీకడుపు చీల్చుకొని బయటకు వస్తాయి. అంతగట్టివి నా ఎముకలు. ఒక వేళ నీకు నీవు చావాలనుకుంటే మింగమంది.”

కొండచిలువకు నిజంగా భయమేసి, తన పట్టు సడలించింది. గాడిద తిరిగి కొండచిలువతో అంది. మన స్నేహం అలాగే ఉండాలంటే నీకు ఆహారం దొరికే మార్గం చెబుతా! వినమని చెప్పసాగింది. ప్రతిదినం ఆ కొండదిగువకు గొర్రెల, మేకల మందలు వస్తాయి. నా తెలివితేటలు ఉపయోగించి ఒక గొర్రెనో లేదా మేకనో ఇక్కడికి పిలుచుకొని వస్తా! అప్పుడు నీవు దాన్ని మింగి, నీ ఆకలి తీర్చుకొందువులెమ్మంది.

కొండచిలువకు తన మోసపుబుద్ధి-కొనసాగించింది. అది మనసులో అనుకొంది. ఇప్పటికి ఇది సాగనీ! ఇంతలో నేను పెద్దదాన్నవుతా, అప్పుడు దీనిపని పడతాననుకొని, తన క్రూరపు నవ్వు తనలో నవ్వుకుంది.

గాడిద, తనకు ఏమీ తెలియనట్లు మిత్రమా! నేను గొర్రెను ఎక్కడికి తీసుకొని రావాలో, ఇప్పుడే చెప్పు. పొరపాటున నేను వేరేచోటకు తీసుకవస్తే, అక్కడ ఉండే, మీ వారు దాన్ని మింగేస్తే ఎట్లా! అని అమాయకంగా అడిగింది.

కొండచిలువకు సంతోషమైంది. అది తాను ఉన్నచోటు, తన అమ్మ, బంధువులు, ఉన్న ప్రదేశాలు కూడా చెప్పి, అమ్మవద్దకు వెళ్ళవద్దు. అది చాలా పెద్దది. నీవు తీసుకవచ్చిన గొర్రెను అదే మింగేస్తుంది. అందుకే నేను ఇక్కడే ఉంటా నీవు నా దగ్గరికే రా! అంది.

కొన్నాళ్ళు, ఆ గాడిద ఆపరిసరాలకు వచ్చిన గొర్రెల, మేకల మందలో ఉంటూ, వాటితో స్నేహం చేసింది. ఒకనాడు అది ఒక గొర్రెతో మాట్లాడుతూ, దానితో చెప్పింది. ఆ దగ్గరలోని రాళ్ళ గుట్టమధ్య పచ్చిక చాలా బాగా, రుచిగా ఉంది. నీవు నా వెంట వస్తే దాన్ని నీకు చూపిస్తాను. కడుపునిండా మేద్దువుగాని నావెంట రమ్మంది.

గొర్రె, గాడిద కంటే అమాయకురాలు. అది దానివెంట వెళ్ళింది. అక్కడికి చేరగానే కొండచిలువ వచ్చి గొర్రెను చుట్టుకొంది. వెంటనే గాడిద గంతులేస్తూ గట్టిగా ఓండ్రపెట్టసాగింది. అదిచూచి గొర్రెల కాపర్లు ఎందుకో, ఆ గాడిద మాటిమాటికి అరుస్తోంది...! దానికి ఏమైందో చూద్దామని, అక్కడికి కర్రలు తీసుకొని వచ్చి చూశారు. వెంటనే వారు తమ గొర్రెను, కొండచిలువను చూచి కర్రలతో కొండచిలువను అందినచోటల్లా చావ బాదారు. కొండచిలువకు శరీరంపై గాయాలైనాయి. అది గొర్రెను వదలి అక్కడే ఉన్న గుహలోకి దూరిపోయింది. మరికొన్నాళ్ళకు గాడిద మేకతో స్నేహం చేసి, దాన్ని పెద్ద కొండచిలువ గుహ వైపు తీసుకెళ్ళింది. అది మేకను చుట్టుకొంది. వెంటనే మునుపటిమాదిరి గానే, గాడిద గట్టిగా ఓండ్రపెట్టి గంతులేసింది. ఈసారి గొర్రెల కాపర్లందరూ గొడ్డళ్ళు, కొడవండ్లు, కర్రలతో వచ్చి ఆ పెద్ద కొండచిలువను చావబాదారు. అది గాయాలపాలై గుహలోకి దూరిపోయింది. నెమ్మదిగా ఆ రెండికి అయిన గాయాలకు రక్తం కారి, చీము పట్టి రెండు చనిపోయినాయి. ఇలా గాడిద తన తెలివితో తన శత్రువులను చంపించింది.

ఒకనాడు గాడిద కొండ దిగువ ప్రాంతంలో గడ్డిమేస్తూ, అనుకుంది. నేను భయం భయంగా ఒంటరిగా బ్రతకడం కంటే తిరిగి యజమాని వద్దకు పోవడమే మంచిదేమోననుకుంది. కాని గతంలో తాను పడిన కష్టాలు గుర్తుకు రాగా తిరిగి బాగా ఆలోచించి, అక్కడ స్వేచ్ఛలేదు. కడుపునిండా మేతలేదు. అర్ధాకలితో బ్రతకడం కంటే చావో! బ్రతుకో, ఇక్కడే ఈ జంతువుల మధ్యనే స్వేచ్ఛగా, ఆనందంగా ఎవరి అదుపాజ్ఞలు లేకుండా జీవించడమే మేలని నిశ్చయించుకుంది. అంతలో దూరంగా గొర్రెల మంద కనబడితే అది తన ఆలోచనలన్నీ ప్రక్కకు తన్నేసి ఆ వైపు పరుగు తీసింది.

బానిసత్వంలో పంచభక్షపరమాన్నాలు తిని బ్రతకడం కంటే స్వేచ్ఛగా గంజితాగి బ్రతకడమే మేలు.

# పౌరుషం

సీతారాంపురం అనే పల్లెటూల్లో రామయ్యకు పరమేశం అనే కొడుకున్నాడు. అతనికి పశువులంటే చాలా ప్రీతి. అతడు ఎప్పుడూ తన తండ్రినడిగేవాడు. నాకు రెండు చిన్న కుర్రదూడలు కొనిపెట్టు వాటిని అందంగా, లావుగా, బలంగా, ఎత్తుగా శివుని గుళ్ళో నంది మాదిరి పెంచుకుంటానని.

అతని పోరు పడలేక, ఒకనాడు రామయ్య ఒక ఆవును కొనడానికి పశువుల సంతకు పోతూ, పరమేశాన్ని కూడా వెంటబెట్టుకునిపోయి, అతను కోరినట్లే, ఆరు నెలలలోపు వయసున్న, రెండు కుర్ర దూడలను కొనితెచ్చాడు. ఆ చిన్న దూడలు చాలా అందంగా ముద్దుగా ఉన్నాయి. పరమేశం వాటికి ఎక్కడెక్కడనుంచో లేతలేత పచ్చి గడ్డితెచ్చి వాటి నోటికందిస్తూ తినిపించేవాడు. ఉదయం, సాయంత్రం, వాటిని శుభ్రంగా

కడిగి, కన్నతల్లి తన బిడ్డను ఎంత అపురూపంగా చూచుకుంటుందో అట్లా గారాబంగా చూసుకునేవాడు.

పరమేశం చదివేది ఐదో తరగతి. బడిలో కూర్చున్నంతసేపు చదువుపై గమనముంచి చదువుకుంటాడు. బడి వదలిన వెంటనే రెక్కలు కట్టుకున్నట్లు తాను వచ్చి దూడలముందు వాలేవాడు. ఆ కుర్రదూడలు కూడా పరమేశం వచ్చే, అడుగుల శబ్దం విని మోర ఎత్తి, అంబా అంటూ రాగాలు తీస్తూ అరిచేవి.

పరమేశానికి ఆరో తరగతి పూర్తి అయింది. కుర్ర దూడలు కోడెదూడలైనాయి. అవి అతణ్ణి చూస్తూనే మాతో కయ్యానికి సిద్ధమా! అన్నట్లు రంకె వేసి కాలు దువ్వేవి.

సంవత్సరం గడిచింది. అవి బాగా కండబట్టి, లావెక్కి ఎత్తైన మూపురాలతో నిగనిగలాడుతూ అనుకున్న విధంగానే తమకు, వేరెవ్వరూ సాటిరారన్నట్లు అందంగా ముద్దుగా తయారైనాయి.

ఒకనాడు ఆ గ్రామంలో ఒకడు, డప్పు వాయిస్తూ "రాతిదూలం లాగే పందెపు పోటీలు" జరుగుతాయి. ఎద్దులు గలవాళ్ళు పందెంలో పాల్గొనదలచుకొంటే, వారి పేర్లు వ్రాయించుకోండి. పెద్ద దూలం లాగితే మూడు లక్షలు, చిన్న దూలం లాగితే రెండు లక్షల రూపాయల బహుమతి అంటూ అరుస్తూపోతున్నాడు.

పరమేశం ఆ మాట విన్నాడు. తండ్రికి చెప్పాడు. అతడు పెదవి విరచి అన్నాడు, "మనవి చిన్న లేత కుర్రదూడలు. వాటికి దూలం లాగడం చేతకాదు. ఇంకా కొన్నాళ్ళు పోనీ అన్నాడు.

పరమేశం తండ్రికి తెలియకుండా తన పేరు వ్రాయించాడు. అతని ఉరకలెత్తే ఉత్సాహం అలాంటిది. పందెపు రోజు రానే వచ్చింది.

ఆ రోజు ఆ అబ్బాయి తన రెండు కుర్రలను వేడి నీటితో స్నానం చేయించి, బాగా ముస్తాబు చేసి పందెం స్థలానికి పిలుచుకొని పోయినాడు. పోటీలు ఉత్సాహంగా సాగుతున్నాయి. గుమిగూడిన జనం కేకలు వేస్తూ, దూలానికి కట్టిన ఎద్దులను ఉత్సాహపరుస్తూ, తమ తమ ఆనందాన్ని ప్రకటిస్తున్నారు.

పరమేశం తన కోడె దూడలను, రెండు లక్షల పందెం దూలం దగ్గర నిలిపాడు. అతడు చిన్నవాడని అతనికి బదులుగా అతని బంధువొకడు, పశువులను తోలడానికి సిద్ధమై పశువులను గట్టిగా అదిలించాడు. అవి ఆ దూలం తమకు లెక్కలేనట్టు నిర్లక్ష్యంగా, వేగంగా లాగుతూ ముందుకుపోతున్నాయి.

ఆ పశువుల కదలికను గమనించి అతను తన ఉత్సాహం పట్టలేక ఏవేవో కారుకూతలు కూస్తూ, ఇంకా వేగంగా ముందుకుపొమ్మని చర్నకోలతో వాటిపై దెబ్బమీద దెబ్బ వేస్తున్నాడు. అవి తమ తోకను కదలిస్తూ బుసకొట్టి, తమ అసహనాన్ని ప్రకటించాయి.

ఆ రైతు అవేవి గమనించక, ఇంకా అరుస్తూ కొట్టసాగాడు.

అంత వేగంగా వెళ్ళే ఆ కోడెదూడలు, తమ మదిలో ఏమనుకున్నాయో ఏమో! రెండూ ఒక్కసారిగా నిలబడిపోయాయి. రైతు దాన్ని సహించలేక దెబ్బల వర్షం కురిపించాడు. అయినా అతడు ఎంత అరచి గీపెట్టినా అవి, ఒక్క అంగుళం కూడా ముందుకు కదలక మొండికేసి నిలిచినాయి. దానితో అతడు వదలక రెచ్చిపోయి మరింత కోపంతో, వాటి తోకలను విరుస్తూ, దెబ్బలు వేస్తూనే ఉన్నాడు.

పరమేశం అది చూడలేక, ఏడుస్తూ వెళ్ళి వాటికి కట్టిన పట్టెడ తాళ్ళు విప్పేశాడు. అవి పరమేశాన్ని చూసి కన్నీరు పెట్టుకుని బుసలుకొడుతూ ఇంటిదారి పట్టాయి.

ఇంటి వద్ద కన్నీరు చెక్కిళ్ళపై ధార కట్టగా, పరమేశం రెంటినీ కౌగిలించుకొని వాటిపై పడిన దెబ్బలను, వాపెక్కిన వాటి డొక్కలను చూస్తూ, మీపై దెబ్బలు కొట్టించింది నేనేనంటూ, గట్టిగా ఏడ్వసాగాడు. ఇదంతా చూస్తూ తండ్రి, ఏమీ మాట్లాడక అతణ్ణి సముదాయించసాగాడు. అతనికి కూడా దుఃఖం ఆగక కన్నీరుబికి వచ్చింది.

అంత వేదనలోనూ, ఆ అబ్బాయి వేడినీరు కాచి, రెంటినీ కడిగి శుభ్రంగా తుడిచి పచ్చి గడ్డి వేసి తండ్రిని కౌగిలించుకుని నాన్నా! వీటిని నేనే కొట్టించాను. అతను ఎన్ని దెబ్బలు కొట్టాడో చూడమంటూ, ఆ దెబ్బలు చూపి, మరింత రోదించాడు. తండ్రి అతణ్ణి ఎంత ఓదార్చినా, అతని దుఃఖం ఆగలేదు. ఏడ్పు మానలేదు. రాత్రి పడుకున్నా! నిద్రలో పలవరిస్తూ కొట్టద్దు, కొట్టద్దు, అంటూ ఏడుస్తూనే అరనిద్రలోనే నిద్రించాడు. అంతలో తెల్లవారింది.

పరమేశం నిద్ర లేస్తూనే, ముఖం కడగకుండానే, వాటిచెంత చేరి, వాటిపై దెబ్బలను మాటిమాటికీ తాకుతూ, బాధతో వెక్కి వెక్కి ఏడుస్తూ, అంగీతో ముక్కు తుడుచుకుంటూ వాటినే చూస్తూ నిలుచున్నాడు.

ఆ కోడెదూడలు నెమరువేస్తూ తమ మూగ భాషలో ఏమనుకున్నాయో ఏమో! పైకి లేచి తమను కట్టిన పగ్గపు తాళ్ళు తెంచుకొని రోషంతో బుసలుకొట్టాయి. వెంటనే అవి చెప్పాపెట్టకుండా, ఒక్క పరుగున పందెపు స్థలం వైపు పరుగులుపెట్టాయి. అది చూచి వాటి వెంట పరమేశం, అతని వెంట రామయ్య, అతణ్ణి చూసి వీధిలోని పిల్లా పెద్దా జనం అందరూ పరుగులు పెట్టారు.

అవి మూడు లక్షల పందెపు దూలం దగ్గర నిలిచి, చెవులు తూట్లు పడేలా, రంకె వేసి కుడి కాలెత్తి రోషంతో నేలగీకాయి. అది చూచి ఎవరి నోటివెంటా మాటరాలేదు. అందరూ ఆశ్చర్యంతో చలనం లేక చూస్తుండిపోయారు.

పరమేశానికి అర్థమయ్యింది. రామయ్యకూ అర్థమైంది.

రాతిదూలం దగ్గరున్నవారు వాటి మెడపై “కాడిమాను” పెట్టి, పట్టెడలు కట్టారు. వాటిని తోలేవారెవ్వరూలేరు. పొద్దెక్కే సూరీడు కోడెదూడల కంటిమంటైనాడు. అవి రెండూ మరొక్కసారి దిక్కులు పిక్కటిల్లేలా ఆకాశం దద్దరిల్లేలా ఖనిల్మంటూ మరోసారి రంకెవేసి తోకలు పైకెత్తి దూలం లాగుతుంటే క్షణాలు నిముషాలై నిలిచాయి. చేరవలసిన గీత వెనుకబడింది.

వాటి వెనుక బారులు తీరిన జనం పట్టరాని ఆనందంతో వేసే కేకలు మిన్నుముట్టాయి. అవి హద్దుదాటి, నిలిచి, పరమేశాన్ని తేరిపార జూచాయి. పరమేశం ఆనందంతో వాటి పట్టెడతాళ్ళు విప్పాడు. అవి నిలిచి తోకలు ఆవైపూ, ఈవైపూ వయ్యారంగా ఊపుతూ, అతని చేతులు, ముఖం సంతోషంగా నాలుకతో నాకసాగాయి. పరమేశం వాటి తలలు నిమిరాడు. అక్కడ గుమిగూడిన జనం, ఏదో వింత జరుగుచున్నట్లు చూస్తున్నారు. ఎవరి నోటా మాట రాలేదు.

కోడెదూడలు రెండూ తమకేమీ పట్టనట్లుగా నిబ్బరంగా ముందుకు సాగిపోతుండగా వాటి వెంట, పరమేశం కదలిపోతున్నాడు. ఆ దృశ్యం చూస్తూ ఇదీరా! పౌరుషమంటే?! అంటూ ఒకడు మీసాలు మెలిపెట్టాడు. రామయ్య ముసిముసి నవ్వులు నవ్వుతూ ముందుకు కదలిపోయాడు.

ఎవ్వరికీ అందని విజయం పరమేశానికి చేజిక్కింది. సాయంత్రం ఊరేగింపులో అతని మెడ నిండా పూలదండలే!!. తర్వాత దినం బడిలో ప్రధానోపాధ్యాయుడు పరమేశాన్ని మెచ్చుకొని అభినందించాడు. ప్రేమాభిమానాలున్నచోట కష్టం కరిగిపోతుంది.

# చిలిపి ఆగడాలు

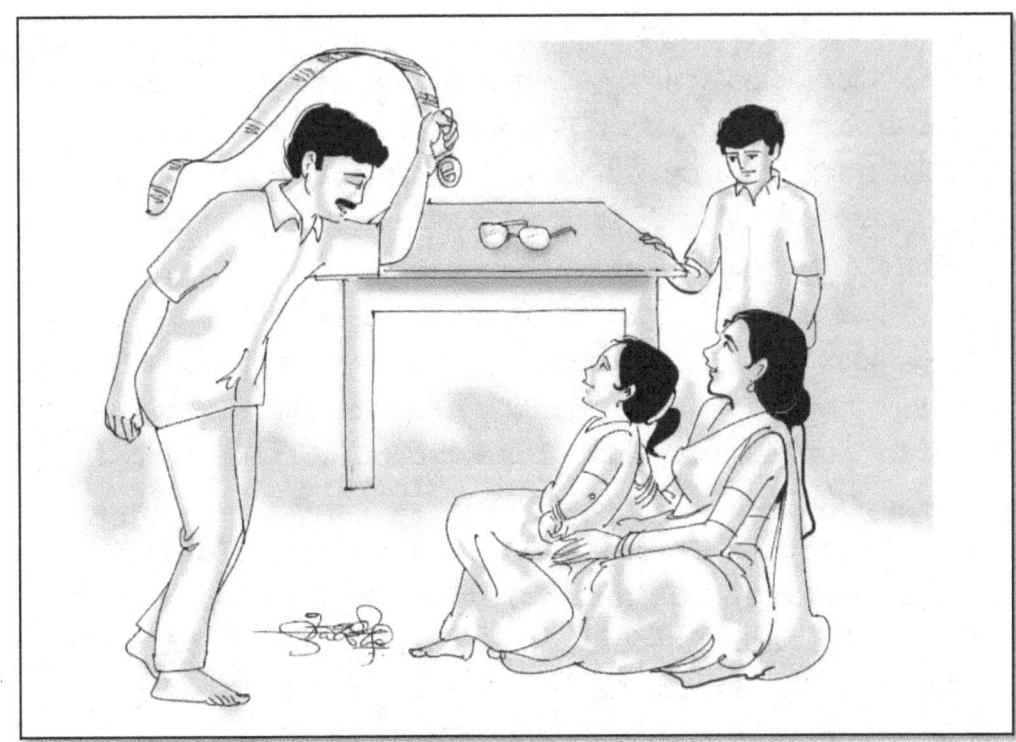

నితిన్ ఆరో తరగతి, నీలిమ ఐదో తరగతి చదువుచున్నారు. వారు సాయంత్రం బడి నుండి ఇంటికి వస్తూనే ఆడుకోవడానికి ఒక బంతి కావాలని, చాలా రోజుల నుండి నాన్నను అడుగుతూనే ఉన్నారు. ఆయన మాత్రం తెచ్చిస్తానంటూ దాటవేస్తూనే ఉన్నాడు. చివరకు, ఒకనాడు వారిద్దరు, విసిగి కూడబలుక్కొని తండ్రిని గట్టిగా అడిగేసరికి, ఆయనన్నాడు మీరు బడికిపోయేది ఆడుకోవడానికా, చదువుకోవడానికా? అంటూ పిల్లలపై చాలా కోప్పడ్డాడు.

ఆ పిల్లలిద్దరు చాల గడుగ్గాయిలు. అమ్మ సపోర్ట్ తీసుకొని, బంతి తెచ్చి యివ్వకుంటే అన్నం తినమని, బడికి పోమని బెదిరింపులతో మారాము చేస్తూ ఏడ్పులు మొదలెట్టారు. వీరిద్దరు అంతపనీ చేసినా చేస్తారనుకొని, తండ్రి ఒక టెన్నిస్ బంతి తెచ్చి వారికిచ్చాడు. పిల్లలు చాలా సంతోషించారు.

కొన్నాళ్ళు వాళ్లిద్దరు కలసి ఆడుకున్నారు. ఒకనాడు నితిన్ తన స్నేహితులను వెంట తెచ్చుకొని ఆ బాల్తో క్రికెట్ ఆడాడు. ఇది తెలిసి నీలిమ తమ బంతి ఎక్కడ

పగిలిపోతుందేమోనని, చాలా బాధపడింది. ఆ తర్వాత దినం, ఆమె పోటీగా తన స్నేహితురాల్లను వెంట తెచ్చుకొని, తాను కూడా ఆ బంతితో ఆడుకుంది నితిన్ కు ఆమెపై చాలా కోపమొచ్చింది. ఇలా ఇద్దరు కలసి ఆడుకోకుండా, ఎవరికి వారు ఆడుకుంటూ, మనసులో అక్కసు పెంచుకున్నారు.

వేసవి సెలవుల తర్వాత స్కూళ్ళు ప్రారంభమైనాయి. ఒకనాడు నీలిమ , అన్న కంటే ముందుగా వచ్చి, ఆ బంతి కోసం వెతికింది, అది కనిపించలేదు. ఇల్లంతా వెతికింది. అది ఎక్కడా కనిపించలేదు. దానితో ఆమెకు, అన్నపై అనుమానమొచ్చింది. అతడే ఆ బంతి దాచి ఉంటాడని, దీనికి ప్రతీకారం తీర్చుకోవాలనుకుంది. ఆ రాత్రి ఎవరూ చూడకుండా ఆమె అతని పెన్ను దాచింది.

ఉదయమే 'నితిన్' తన పెన్ను లేదని గమనించి, అమ్మకు చెప్పాడు. ఆమె అన్ని చోట్ల వెతికింది. ఎక్కడా అది కనిపించలేదు. నితిన్ అనుకున్నాడు. ఈ పని చెల్లెలే చేసి ఉంటుందని. అతను కూడా వెంటనే చెల్లెలు పెన్సిలు, రబ్బరు దాచేశాడు. ఆమె మాత్రం తక్కువదా! తాను కూడా అన్న ఇంగ్లీష్ నోటుబుక్ దాచేసింది. ఇంట్లో నిశ్శబ్ద రహస్య యుద్ధం, ప్రారంభమైంది.

ఇద్దరికి ఇద్దరూ తోడుదొంగలే! తల్లి ప్రతిదినం వాళ్ళ వస్తువులు వెతకడంలో తలమునకలౌతుంది ఆమె వెతికి వెతికి వేసారి, చివరకు తలనొప్పి తెచ్చుకుంది. పిల్లలు ఒకరిపై ఒకరు చాడీలు చెప్పుకోవడాలు, గిచ్చుకోవడాలు, కొట్టుకోవడాలతో, ఆమె, ఆ విషయం ఎవరికీ చెప్పలేక, దండించలేక ఆమె రోగిష్టి అయ్యింది. ఆమె చేసిన తప్పల్లా, ఇంత జరిగినా తండ్రికి ఆ విషయం తెలపకపోవడమే. అందుకే వారి చేష్టలు పేట్రేగి విచ్చలవిడి అయినాయి.

ఒక్కోసారి వంటరూములో ఉండవలసిన గరిటె, బెడ్రూమ్లో ప్రత్యక్షమౌతుంది. బెడ్రూములో ఉండవలసిన వస్తువులు బాత్రూములో ఉంటున్నాయి. తల్లి అమాయకురాలు. ఇదేదో భూతం పనేనని, భయంతో మంచం బట్టింది. తనకు తెలిసిన కొందరినడిగితే, వారు ఇంట్లో తులసి మొక్క నాటమన్నారు. ఆమె అట్లే చేసింది అయినా ఏం మార్పు, కనబడలేదు. చివరకు ఆమె భయపడి, భర్తకు చెప్పింది. అతడు ఆమెతో పూజలు చేయించాడు. మంత్రగాళ్లను రప్పించి, వారు చెప్పినవి చేస్తూ వారి చుట్టూ తిరుగుతున్నాడు. మంత్ర, తంత్ర పూజల, ఖర్చులకు అప్పులు చేయ మొదలుపెట్టాడు. చివరకు అతనికి కూడా మనశ్శాంతి కరువైంది. మా యింట్లో ఏదో చెడు జరుగుతూంది, అమాయకులైన పిల్లలేమౌతారోననే భయం గుప్పెట్లో తల్లిదండ్రులిద్దరు సతమతమౌతున్నారు.

ఒకనాడు తండ్రి తమ ఇంట్లో జరిగే విషయాలన్నీ ఆఫీసులో ఒక మిత్రునికి చెప్పగా, ఆయనన్నాడు ఈ రోజు ఏవో రెండు పండ్లు తీసుకొనిపోయి, మీ యింట్లో అందరు

చూచేటట్లు టేబుల్ పై పెట్టి గమనించమన్నాడు.

రాత్రికాగానే అతడు అట్లే చేసి, అందర్ని గమనిస్తున్నాడు. ఇంట్లో మసక చీకటిగా ఉంది. ఆ చీకట్లో ఒక మసక నీడ నడిచొచ్చి, టేబుల్ పైని ఒక పండు తీసి, అక్కడే మరోచోట దాచింది. మరి కొంత సేపటికి కాళ్ళ గజ్జెలు మ్రోగుచుండగా, మరో నీడ మెల్లగా నడిచి వచ్చింది. అది మిగతా పండు తీసి, మరోచోట దాచి వెళ్ళిపోయింది. తండ్రికి ఏం జరిగేది అర్థమైంది.

ఆయన ఉదయమే లేచి కంటి అద్దాలు, టేబుల్ పై పెట్టి స్నానానికి వెళ్ళాడు. తిరిగివచ్చి చూస్తే అవి అక్కడ లేవు. ఆయన ఆశ్చర్యంతో ప్యాంటుకున్న బెల్ట్ తీసి ఐదు నిమిషాల్లో కంటి అద్దాలు ఇక్కడుండకపోతే, నేను వేసే బెల్ట్ దెబ్బలకు చర్మం ఊడివస్తుందని బెదిరింపుగా,టేబుల్ పై పెద్ద శబ్దం వచ్చేటట్లు కొట్టి, టిఫిన్ చేయడానికి వంట గదిలోకి వెళ్ళాడు.

రెండు నిమిషాల్లో టేబుల్ పైన కంటి అద్దాలు ప్రత్యక్షమైనాయి. అన్నా చెల్లెలిద్దరు గడగడ వణుకుచు, బిక్కంమొఖం వేసుకొని బిత్తర చూపుల్తో నిలుచున్నారు. తండ్రి వచ్చి, వారిని చూచి ఏమీ మాట్లాడకుండా, ఆఫీసుకు వెళ్ళిపోయాడు. తల్లికి జరిగిన విషయమర్థమైంది. ఈ పిల్లలెంత గడుగ్గాయిలనుకొని ఆమె చాలా బాధ పడింది.

అప్పుడప్పుడే ఆ పక్కింటి ఒక చిన్న అమ్మాయి, ఒక బంతి తెచ్చి, నితిన్ కు ఇచ్చి, ఇది మీదే! బడి ప్రారంభమైన రోజు మీ ఇంట్లో ఆడుకుంటూ ఉంటిని. మా ఊరికి పోవాలని అమ్మ పిలిస్తే “మీ బంతి మా ఇంట్లో గూట్లో పెట్టి వెళ్ళిపోయినాను. తిరిగి దశరా సెలవులకు, మేము మా అమ్మమ్మ ఇంటికి వచ్చినాము” మీ బంతి అక్కడే ఉంది. ఇది మీదేనని తెచ్చి ఇస్తున్నానని చెప్పి, బంతి ఇచ్చి వెళ్ళిపోయింది.

ఆ బంతి కోసం వారు చేసిన ఆగడాలు గుర్తుకురాగా, పిల్లలు ఒకరునొకరు చూచుకొని నవ్వుకున్నారు. సాయంత్రం తండ్రి ఇంటికి వస్తూనే నితిన్ అన్నాడు. “నాన్నా మా తప్పేం లేదు.” పక్కింటి అమ్మాయి మాకు ఇవ్వకుండా వాళ్ళ ఊరికి ఆ బంతి తీసుకొని పోయినందుననే యివన్నీ జరిగినాయి. సారీ, నాన్నా! అన్నాడు. నీలిమ కూడా సారీ చెప్పింది.

వారిద్దరు చెప్పిన విధానం చూచి అంత చండశాసనుడైన తండ్రి, వారికి ఏమీ చెప్పలేక వారివైపు గుడ్లప్పగించి చూస్తున్నాడేగాని, ఏమీ మాట్లాడలేదు.

తల్లి అంది, ఇకనైనా మీ చిలిపి ఆగడాలు తగ్గించుకోండన్నది. వారు సరేనంటూ ఆడుకోవడానికి పరుగుపెట్టారు. అతి చేష్టలు అనర్థదాయకం.

# సహకారం

ఒక ఊళ్లో నాగభూషణం అనే ఒక రైతు ఉండేవాడు. అతనికి చాలా పొలముంది. అతను తనకున్న పొలంలో కురిసిన వర్షపు నీరు వృథా కాకుండా, భూమి వాలుకు తగినట్లు, అడ్డంగా పెద్ద పెద్ద రాళ్ళు, మట్టి వేసి పెద్దగా ఒక కట్ట కట్టాడు. అది ఒక చెరువైంది. అందులో ఎప్పుడూ నీళ్ళు నిలువ ఉంటాయి. ఆ చెరువులో అతడు కొన్ని చేప పిల్లలు తెచ్చి వేశాడు. అవి చెరువులో నీళ్ళు పాచి పట్టకుండా, చిన్నచిన్న పురుగులు పెరగకుండా వాటిని తినివేయడంతో నీళ్లు ఎప్పుడూ పారదర్శకంగా స్వచ్ఛంగా ఉంటాయి.

ఆ కుంటలో నీళ్లు ఎక్కువ కాలం నిలువ ఉంచడంతో, దానిచుట్టూ భూమి బాగా తనుపెక్కింది. దానితో అతడు ఆ భూమిలో నాలుగు వైపులా బోరుబావులను తవ్వించాడు. నీళ్లు సమృద్ధిగా ఆ బావుల్లో ఉంటున్నాయి. ఆ నీళ్లతో కొంత భూమిలో ఆహారపు పంటలు, వర్తకపు పంటలు పండించుకుంటూ అతడు సుఖంగా కాలం గడుపుతున్నాడు. మిగతా భూమిలో పండ్ల మొక్కలు నాటాడు. అవి కూడా బాగా పెరిగి, మంచి ఫలాల నిస్తున్నాయి. ఆ

తోటలోని చెట్లపై ఉడుతలు, చిలుకలు, గోరువంకలు, పాలపిట్టలు వంటి పక్షులు కూడా నివాసముంటున్నాయి.

ఒకనాడు ఒక ఉడుతకు జాంపండు దొరికింది. అది చెట్టు కొమ్మపై కూర్చుని పండు తింటోంది. దాన్ని చూచి ఒక చిలుక దాని దగ్గరకు చేరి "ఈ రోజు నాకు తినడానికి, ఏమీ దొరకలేదు. చాలా ఆకలిగా ఉంది. నాకు కూడా, జాంపండు కొంచెం ఇమ్మంది. ఆ ఉడుత "దాందేం భాగ్యం! ఈ ఆహార అవసరం ఒక నాటిది గాదు. చచ్చేంతవరకు ఉండేదే, ఇక్కడికి రా! నాతోపాటు కలిసి తిందువుగాని" అంది. అవి రెండూ కలిసి ఆ పండు తిని, ఆకలి తీర్చుకున్నాయి. తర్వాత ఆ ప్రాంత విశేషాలు, ఎక్కడెక్కడ ఏఏ కాయలు, పండ్లు, విత్తనాలు దొరుకుతాయో, అనే విషయాన్ని గూర్చి మాట్లాడుకున్నాయి.

అంతలో వాటికి దగ్గరలో కొంచెం అలికిడయ్యింది. చిలుక ఒక మామిడిచెట్టు వైపు చూచి, భయంతో ఉడుతతో అంది, "ఆ పాము ఎట్లా చెట్టును ఎగబ్రాకుతుందో చూడు.

గుడ్లన్నీ మింగేస్తుంటుంది. దాన్నుంచి మా పిల్లలను ఎట్లా కాపాడుకోవాలో ఏమో!! నాకు దిక్కు తోచలేదని వాపోయింది." ఆ మాట విని ఉడుత శరీరంలో వెంట్రుకలు నిక్కబొడుచుకున్నాయి.

తిరిగి చిలుక దానితో అంది, రెండ్రోజుల క్రిందట నా స్నేహితురాలు ఆ చెట్టు కొమ్మపై గల పెద్ద రంధ్రాన్ని గూడుగా చేసుకొని గ్రుడ్లు పెట్టింది. మరో కొమ్మపై గోరువంక కూడా పిల్లలను లేపింది. దాని పిల్లలు ఇంకా, కళ్ళు కూడా తెరవలేదు. ఆ పాము చేష్టలు చూస్తే ఇప్పుడు ఏం జరుగుతుందో ఏమో! నాకైతే చాలా కంపరంగా వుందన్నది.

ఉడుత బదులిస్తూ "ఇదేమిటో గాని మన బ్రతుకు దినదినగండంగా మారిపోయింది. ఎవరేం చేస్తారోనని భయంతో బిక్కుబిక్కుమని బతకాల్సొస్తుంది. వేరే చోటికి పోదామంటే రైతులు ఎప్పుడూ పంటలపై మందులు చల్లుతుంటారు. ఆ కాయలు, పండ్లు ముట్టాలంటే ప్రాణగండంగా వుంటుంది. వాళ్ళ మాదిరి మనవి ప్రాణాలే గదా! మనం వారి పంటలకు క్రిమికీటకాలు, చీడలు పట్టినప్పుడు ఆ పురుగులను తిని, వారికి మేలు చేస్తున్నాము. గదా ! కాని వారు వేసే మందుల వల్ల మన జాతులు చాలా నశిస్తున్నాయి. అది తెలియదా వారికి.? వారు చల్లిన ఆ విషపు మందులు, తగిలిన కాయలు, పండ్లు తిని, వారు కూడా నానా రోగాల బారిన పడుచున్నారు. ఏది ఏమైతేనేమి మనం బలహీనులం. ఆ కాయగసర్లు తినక తప్పదు. మన బతుకీడ్చక తప్పదని నిస్పృహతో మాట్లాడింది.

చిలుక దాని మాటలను ఎక్కువగా వినకుండా, "మిత్రమా! ఆ చిలుక గ్రుడ్లను, గోరంక పిల్లలను మనం ఎట్లైనా కాపాడాల ఇప్పుడు? ఏం జేస్తాం" అని చెప్పి, అది ఏమనుకుందో ఏమో, గట్టిగా చిత్రంగా అరవ సాగింది. ఆ అరుపు వింటూనే ఎక్కడెక్కడి

నుంచో చిలుకలు, గుంపులు గుంపులుగా రావడం ప్రారంభించాయి. ఉడుతకు ఆ అరుపు అర్థమైంది. అది కూడా తన భాషలో ఆపద వుంది. వెంటనే రమ్మని అరచింది. వెంటనే ఎక్కడెక్కడి నుంచో ఉడుతలు కూడా శరీరం నిండా వెంట్రుకలు నిక్కబొడుచుకొని తోకలెత్తుకొని వచ్చాయి. ఆ ప్రదేశమంతా వాటి అరుపులతో మారుమ్రోగింది.

మొదట ఒక చిలుక పిల్ల, ధైర్యంగా, వెళ్ళి చెట్టెక్కుచున్న పాము తలపై, గోర్లతో తన్ని వచ్చింది. తర్వాత ఒక ఉడుత పిల్ల పరుగెత్తిపోయి చెట్టెక్కి, కసిదీర తోక కొరికి వచ్చింది. అది చూచి చిలుకలకు, ఉడుతలకు ధైర్యమొచ్చింది. అవి పామును అందీ అందనట్లు గోర్లతో బరికాయి. ఉడుతలు కొరికాయి. ఇలా కొద్దిసేపు అవి స్వైర విహారం చేశాయి. పాముకు దిక్కుతోచలేదు. వెంటనే పాము కిందకు జారి, నేలబడి చెరువువైపుకు ప్రాకుచు వేగంగా వెళ్ళి నీళ్లలో మునిగింది. చిలుకలు, ఉడుతలు అరుపులు చాలించి, సంతోషంతో ఒకరికొకరు అభినందనలు తెలుపుకున్నాయి.

గ్రుడ్లు పెట్టిన చిలుక, చిన్నపిల్లల తల్లి గోరంక, ఆ రెండూ, చిలుకలకు, ఉడుతలకు కృతజ్ఞతలు తెలుపుకున్నాయి. చెరువులోని తాబేలు, ఆ శబ్దాలు విని చెరువు గట్టుకు చేరి మెల్లగా నడుస్తూ, చెట్టు చెంతకు చేరి, విషయం తెలుసుకొని, చేపలను హెచ్చరించాలని చెరువువైపు నడక సాగించింది.

చాన్నాళ్ళనుండి తాబేలుకు, ఉడుతతో మంచి స్నేహం వుంది. ఉడుత తాబేలుపై కూర్చుంది. వారిరువురు చెరువు గట్టుకు చేరుకున్నారు. అంతలో చిలుక కూడా వారిని సమీపించింది. అది, వారిపైనే

చిలుక గాలిలో ఎగురుతూ వారిని వెంబడిస్తూ తాబేలుతో అంది. "మిత్రమా! ఈ పాము ఎప్పుడు మాకే కష్టాలు కలిగిస్తుంటుంది. నీవు చాలా తెలివైనదానవు. ఏదైనా ఉపాయంతో, దీని పీడ విరగడయ్యే మార్గం చెప్పు" మంది.

తాబేలన్నది "అది అంత సులభమైన పనిగాదు. మనం అల్పప్రాణులం. అయితే మనసుంటే మార్గముంటుంది. ప్రయత్నిస్తే ప్రతి సమస్యకు ఏదో ఒక పరిష్కారముంటుంది. ఆ ప్రయత్నం తప్పక చేయాల్సిందే. మీరు ధైర్యంగా ఉండండని" చెప్పి నీళ్లలోకి జారి పోయింది.

కొంత సేపటికి అది తిరిగి రాగానే, దాని వెంట వేల కొలది చేపలు వచ్చాయి. ఆ తాబేలు, గట్టున కూర్చొని చేపలతో అంది. ఓ మిత్రులారా! జాగ్రత్తగా వినండి ఇప్పుడే మీ శత్రువైన 'పాము', చెరువులోకి చేరింది. అది మిమ్ములను ఎంతమందిని పొట్టన పెట్టుకుంటుందో తెలియదు. దాని ఆగడాలు చాలా ఎక్కువైనాయి. ఎట్లైనాగాని ఈరోజు దాన్ని మీరు తుదముట్టించాలి. మీరేం చేస్తారో చెప్పమన్నది.

కొన్ని యువక చేపలు అన్నాయి, "మేము అందరము దాన్ని చుట్టుముట్టి కొరుకుతామని", ముక్తకంఠంతో అన్నాయి. తాబేలు నవ్వుచూ, "జరుగబోయే కార్యం మీ నోటి ద్వారా బయటికి వచ్చింది. అట్లేగానీయండి. దాని పీడ వదిలించుకోవాలంటే చావో బ్రతుకో వెంటనే తేల్చుకోండి. మీరంతా మూకుమ్మడిగా దాని చర్మం, కండరాలు ఒక్కసారి ఊడి వచ్చేలా దాడి చేయండి. ఈ ప్రయత్నంలో ఒకరిద్దరు చనిపోవచ్చు, గాని సమస్యకు పూర్తిగా పరిష్కారం లభిస్తుంది. ఈనాటితో మీకు ఆ పాము పీడ విరగడౌతుందని చేపలన్నింటిని దానిపైకి ఉసికొల్పింది.

నీళ్లు స్వచ్ఛంగా ఉన్నాయి. చేపలు గంతులేస్తూ ఉత్సాహంగా నీళ్లలో మునిగి, పామును చుట్టుముట్టాయి. ఈ హఠాత్సంఘటనకు పాము ఉక్కిరిబిక్కిరైంది. క్షణాల్లో పాము శరీరంపై రంధ్రాలేర్పడ్డాయి. దాని శరీరంలోని ఉన్న కాస్త రక్తం నీళ్ళలో కరిగిపోయింది. చూస్తుండగానే పాము క్షణాల్లో వెల్లికిలా పడిపోయింది. చివరకు అది అస్థిపంజరమైంది.

తల నుండి తోక వరకు దానిలో ఒక్క ముక్క మాంసం కూడా మిగలలేదు.

సంతోషంతో చేపలకు రెక్కలొచ్చినట్లు, నీటిపై కెగిరి దుమికాయి. చిలుకలు, ఆకాశంలోకెగిరి గిరికీలు కొట్టాయి. ఉడుతలు గట్టుపై ఆనందంతో ఎగిరి గంతులేశాయి. అవన్నీ తాబేలుకు కృతజ్ఞతలు తెలిపాయి.

"ఒకరితో సమస్య పరిష్కారం కాదని తెలిసినప్పుడు, ఇతరుల సహాయ సహకారాలు పొందితే" ఎట్టి సమస్యకైనా పరిష్కారం లభిస్తుందని అందరికీ తెలిసిపోయింది.

# చెప్పుడు మాటలు

మూకాపురంలో కామేష్ కు 'సరయు' అనే ఒక్కగానొక్క కూతురుంది. ఆమె డిగ్రీ వరకు చదువుకొని, తల్లిదండ్రులకు చేదోడు వాదోడుగా ఉండేది. కామేష్ కు ఇంటి ప్రక్కనే గుడ్డల షాపు ఉంది. ఆ షాపు వెనుక అరెకరా స్థలంలో సరయు ఆకు కూరలు, కాయగూరలు పండిస్తుంది. ఆమె తల్లి ప్రతిదినము అందులో కావలసిన కూరగాయలు కోసుకొని, అంగడి ముందు అమ్మకానికి పెట్టుకుంటుంది. ఆ నవనవలాడే లేత ఆకుకూరలు, కాయగూరలు వెంటనే ఖర్చయిపోతాయి. ఆ వచ్చిన ఆదాయంతో వారి ఇంటి ఖర్చులన్నీ జరిగిపోయేవి. అంగడి ద్వారా వచ్చే లాభమంతా మిగులుబాటు అవుతుండేది.

ఉదయమే సరయు అంగట్లో కూర్చుంటుంది. తండ్రి తోటపని పూర్తి చేసి, సరయును ఇంటికి పంపిస్తాడు. అతని వ్యాపారం మూడు పూవులు, ఆరు కాయలుగా సాగుతుంది. ఆమె తెలివితేటలకు తల్లి దండ్రులు మురిసిపోయేవారు. సరయు ప్రాంతీయ అవసరాలను బట్టి ఎక్కడెక్కడి నుండో కొనుగోలుదారుల అభిరుచికి తగ్గట్టు నాణ్యమైన

గుడ్డలు తెప్పిస్తుంది. ఆమె వాటిపై ఎక్కువ లాభాలు పెట్టుకోకుండా తక్కువ ధరలు నిర్ణయిస్తుంది. ఈ విషయం తెలిసినవారు, ఎక్కువమంది వారి అంగట్లోనే కొంటారు. వారి టర్నోవర్ పెరగడంతో వ్యాపారం లాభసాటిగా సాగుతుంది.

కామేష్ తమ్ముడు నగేష్ కూడా గుడ్డల వ్యాపారస్థుడే. అతని అంగట్లో ధరలు ఎక్కువ. అందుకే వ్యాపారం తగ్గడంతో నష్టాల్లో కూరుకు పోయాడు. ప్రక్క అంగట్లో ధరలు తక్కువ, నీవు కూడా ధరలు తగ్గించకూడదా! అని కొందరు అడిగితే! "నా వ్యాపారం దెబ్బతీసి నేను అంగడి మూసుకోవాలని మా అన్న అలా చేస్తున్నాడని అంటాడు."

వ్యాపారం చాలా మెలకువతో కూడిన వ్యవహారం. ప్రజల మనస్తత్వానికి దగ్గర సంబంధముంటుంది. నమ్మకముంటే ధర కొంచెం ఎక్కువైనా సంతోషంగా కొంటారు. మనుష్యులను రాబట్టుకోవడంలో ఎంతో ఓర్పు, నేర్పులుండాలి. ముక్కుసూటి వ్యవహారం వ్యాపారానికి తగదు.

నగేష్ తన అంగడికి వచ్చిన వారితో అనేవాడు. ప్రక్క అంగడివారు నన్ను నష్టపరచాలని రేట్లు తగ్గించి అమ్ముచున్నారని చెప్పడంతో తానే ప్రక్క అంగడిలో ధరలు తక్కువని చెప్పూచూ, తన వ్యాపారం తనకు తానే నష్టపరుచుకుంటున్నాడు.

వయసొచ్చిన బిడ్డ సరయు. కామేష్ తన కూతురుకు వివాహ సంబంధాలు చూడ ప్రారంభించాడు. సాకేత్ అనే అబ్బాయి సరయుకు అన్ని విధాలుగా తగిన వాడని నిర్ణయించుకున్నారు. అతనికి ఆస్తిపాస్తులు లేకున్నా, బాగా చదువుకొని ఉద్యోగం చేస్తున్నాడు. బుద్ధిమంతుడేగాక, మంచి సంస్కారవంతుడని బాగా విచారించి, పరిశీలించి నిర్ధారించుకున్నారు. సరయుకు కూడా, అతడు బాగా నచ్చినవాడైనాడు.

పెళ్ళికి ముందు ఇంటి ఆచారం ప్రకారం నిశ్చయ తాంబూళాలు ఇచ్చిపుచ్చుకోవడానికి రెండు రోజులుండనగా, సాకేత్ తల్లి ఫోన్ చేసి, సరయు అమ్మతో అంది, కొన్ని కారణాల వల్ల మీ సంబంధం వద్దనుకుంటున్నామని. ఆ వార్త వింటూనే ఆమె శిలా ప్రతిమవలె చలనం లేకుండా, నోట మాటలేక నిలబడిపోయింది. ఆ తర్వాత ఆమె తెప్పరిల్లి, కామేష్ కు చెప్పగా, సరయు విని, ఆమె వారితో అంది. వాళ్లే మన సంబంధం వద్దనుకున్నప్పుడు, మనం కూడా వద్దనుకోవడమే మేలన్నది.

వెంటనే వారు పెండ్లి సంబంధం కుదిరించిన మధ్యవర్తిని పిలిపించి అడిగితే అతడన్నాడు, "మీ అమ్మాయి పొగరుబోతని, ఇంటర్ కూడా చదువలేదని, పెండ్లి జరిగితే సాకేత్ ను మీ ఇంట్లోనే ఇల్లరికపు అల్లుడిగా ఉంచుకుంటారట! ఇలాంటివెన్నో అభాండాలు మీ అమ్మాయిపై ఎవరో ఫోన్ చేసి, సాకేత్ తల్లికి చెప్పినారంట". అందుకే వాళ్ళు సరయును వద్దనుకున్నారన్నాడు.

సరయు తండ్రితో అన్నది “నిజా నిజాలు తెలియకుండా వారు నామీద నిందలు మోపారు. మనం ఊరకుంటే ఇవన్నీ కొందరు నిజమనుకుంటారు. అవి అబద్ధాలని నిరూపించాలి వాళ్ళకు ఫోన్లు చేసి చెప్పిన వారెవరో కనుక్కోమంది”.

సరయు తండ్రి "అన్నాడు, అట్లా కనుక్కోవడం కష్టమనగానే, ఆమె అన్నది. “నాన్నా! సమస్య పరిష్కారానికి ఎన్నో మార్గాలుంటాయి. ఆలోచిస్తే తప్పక ఉపాయ మార్గం దొరుకుతుందని చెప్పి, తిరిగి సరయు తండ్రినడిగింది నీకు సరిపోని శత్రువులైన వారెందరో చెప్పమంది. అతనన్నాడు పదిమంది దాక ఉండవచ్చు. అందులో చాలా శత్రువులుగా ముగ్గురున్నారు. అయితే అందులో ఒకరు ఈ ఊర్లో లేరు. మరొకరిని నేనే పని నుండి తీసివేసినాను. అంతేగాని అతను నీ పెండ్లి సంబంధం చెడగొట్టేంత నీచుడు కాదు. కాని ఇక మిగిలింది మీ చిన్నాయన, నాగేష్ పైనే నాకు అనుమానంగా ఉందన్నాడు.

ఆ మాటలు, సరయు తల్లి చెవినబడగానే, ఆమె ఉద్రేకంతో ముందు వెనుకల ఆలోచింపక నాగేష్ ఇంటికిపోయి నానా గొడవ చేసింది.

అక్కడ, పెద్దగుంపు ప్రోగయింది. ఒక్కొక్కరు ఒక్కోరకంగా మాట్లాడారు. చాలామంది నాగేష్ ను , అతని భార్యను తిట్టిపోశారు. నాగేష్ అన్నాడు “మేము ఎవరికి ఫోన్ చేయలేదు. సరయు మా అన్న కూతురు. నాకు కూడా ఆమె కూతురే గదా! అలాంటప్పుడు పెండ్లి చెడగొట్టడానికి నేనెట్లా ఫోన్ చేస్తానన్నాడు? అంతలో కామేష్, సరయులు అక్కడికి చేరుకున్నారు. ఆ గొడవ చాలా పెద్దదైంది, ఒకరినొకరు కొట్టుకునే స్థితికి వచ్చినారు. 'సరయు' అవమానంతో బాధపడుతూంది.

విషయం తెలిసి మధ్యవర్తి, సాకేత్ కు ఫోన్ చేసి, వివరంగా చెప్పాడు. సాకేత్ వెంటనే వాదులాడే ప్రదేశానికి చేరుకోగా, ఆ గుంపులోని ఒక బంధువు, అతనితో అన్నాడు ఏమయ్యా “ఇంత చేసి మరీ నీవు సిగ్గు లేకుండా ఇక్కడికి ఎందుకొచ్చినావయ్యా! మీ అమ్మ, తన తమ్ముని కూతుర్నే నీకు పెండ్లి చేయాలనుకున్నప్పుడు. ఆ అమ్మాయినే చేసుకోవచ్చు గదా! అని చాలా కోపంగా మాట్లాడినాడు.

కొందరు సాకేత్ ను వెళ్ళిపొమ్మన్నారు. సాకేత్, తనకు అంత అవమానం జరిగినా నెమ్మదిగా వారితో అన్నాడు. “అయ్యా! సరయు అంటే నాకు ఇష్టమే. ఆమెనే నేను పెళ్ళి చేసుకుంటాను." అని చెప్పి, ఇప్పుడైనా జరిగిన విషయం ఒక్కసారి వినమని చెప్పసాగాడు, అందరు నిశ్శబ్దమైనారు.

సాకేత్ వారితో అన్నాడు. మీరనుకున్నట్లు సరయు పిన్నమ్మ, మా అమ్మకు ఫోన్ చేయలేదు. ఇంతకు ముందు సరయు వాళ్ళ అంగట్లో పనిచేసేవాడు, అతణ్ణి ఉద్యోగం నుండి తీసివేసినారనే కక్షతో లేనివి ఉన్నవిగా, ఏవేవో కల్పించి, చిలువలు పలువలుగా, మా అమ్మకు చెప్పినాడు. అందుకనే మా అమ్మ వారికి ఫోన్ చేసింది. ఆ విషయం నాకు

ఉదయమే తెలిసింది. నేను సాయంత్రం ఆఫీసు అయిపోగానే, వచ్చి, మిమ్ము కలిసి మాట్లాడాలనుకొంటిని, కానీ అంతకు ముందే, నానా గొడవ జరిగిందన్నాడు. అక్కడివారన్నారు, ఈ మాత్రానికి ఇంత రభసా, అంటూ ఒక్కొక్కరే వెళ్ళిపోయారు.

కామేష్, అతని భార్య ఇద్దరు కలిసి, తమ్మునికి, అతని భార్యకు క్షమాపణ చెప్పారు. సరయు, సాకేత్ లు ఒకరినొకరు చూచుకొని నవ్వుకున్నారు.

ఒక్క క్షణం సహనం, కొండంత ప్రమాదాన్ని దూరం చేస్తే, అసహనం మొత్తం జీవిత గమనాన్నే అస్తవ్యస్తం చేస్తుంది. అందుకే ఎవరు ఎన్ని చెప్పినా వెంటనే నమ్మరాదు.

# కడపులో దేవుడు

ఒక నాడు, ఒక గుడి ముందర అంగట్లో ఇద్దరు యాత్రికులు దేవుని చిత్ర పటాలు కొంటున్నారు. అంతలో అంగడి ముందర, రోడ్డుకు ఆవల ఎదురుగా, చాలా మంది గుమిగూడి ఉన్నారు. వాళ్లు ఒకరినొకరు తోచుకుంటూ. ఆ ముద్ద నాకివ్వండి, నాకు ముందివ్వండంటూ, చేతులు చాస్తూ అడిగే అరుపులు వినిపిస్తున్నాయి.

చిత్రపటాలు కొనే వారిద్దరూ ఆ శబ్దం విని, ఆ వైపు చూచారు.

అక్కడ ఒకాయన నల్లని రాగి ముద్దలు అరిటాకులో పెట్టి అడిగిన వారికి అందిస్తున్నాడు. అతని ప్రక్కనే ఉన్న ఒక నడి వయస్సామె, వారికి, ఒక గిన్నె నుండి చెనిగిత్తుల చెట్నీ వడ్డిస్తూంది.

చిత్ర పటాలు కొనేవారు, అంగడాయన్నడిగారు. అదేమిటయ్యా! అతనెవరు, రాగి ముద్దలందిస్తున్నాడు. ఆ ముద్దలెట్లున్నాయో ఆ పెట్టే వాడు కూడా, అట్లే ఉన్నాడు.

బాగుంది ముద్దకు వాని రంగుకూ సరిగ్గా సరిపోయిందని హేళనగా నవ్వాడు. అతని ప్రక్కనున్న యాత్రిక మిత్రుడన్నాడు. ఆమె కూడా అతని మాదిరే ఉందే? ఆమె అతని భార్యేనా! అని నవ్వి, ఈ జంట చూడముచ్చటగా ఉంది.. ఆ దేవుడు వారిద్దరి రంగులు, బాగా జతచేసినాడన్నాడు.

వారి మాటలు విని అంగడాయన, చిరు కోపంతో ఏమయ్యా! ఎంతంటే అంతలేసి మాటల మాట్లాడటమేనా! వారిని, అట్లా మాట్లాడకండి. ఎవరైనాకానీ మాట్లాడేటపుడు నాలుకకు అదుపు ఉండాలి. పూర్వాపరాలు తెలియకుండా అట్లామాట్లాడకూడదు. వారిద్దరూ ఉచితంగా ప్రతిఫలాపేక్ష లేకుండా ముప్పై ఏండ్ల నుండి ప్రతిరోజు ఇదే వేళకు యాభై మందికి అన్నం పెట్టి ఆకలి తీరుస్తున్నారన్నాడు.

ఆ మాట విని చిత్రపటాలు కొనేవాళ్ళు ఆ ముద్దలు పెట్టే వారిని, ఎగాదిగా ఆశ్చర్యంతో చూచి, అడిగారు. వారు డబ్బు తీసుకోకుండా అన్నేండ్ల నుండి ఉచితంగా రాగి ముద్దలు పెడుతున్నారా! ఎవరయ్యా వారు అని అడిగితే అంగడాయన చెప్పసాగాడు.

ఆయన ఎక్కడి నుండి వచ్చాడో, అతని పేరేమిటో కూడా ఇంతవరకు ఎవ్వరికి తెలియదు. అతను తన తండ్రితో పాటు ఇక్కడికి వచ్చినాడు. ఆ గుడికి కొంత దూరంలో ప్రవహించే నది ప్రక్కన అటవీ ప్రాంతం వస్తుంది. అక్కడ వారు కొంత భూమిని చదును చేసి నది గట్టున ఏతం గట్టి నది నుండి నీరు తోడి, పొలానికి పెట్టి, అందులో రాగి పంట, పండిస్తున్నారు. అక్కడే మరికొంత పొలంలో వేరుశనగ, మిరప, టమాటో వంటివి పండిస్తారు. ఆ రాగులతో ముద్ద, ఆ కాయగూరలతో చెట్నీ చేసి ప్రతి దినం, ఇక్కడికి తెచ్చి, అడిగిన వారందరికి పెడుతుంటారు.

అతను ఇంకా చెప్పసాగాడు. అతని తండ్రి గతించినా, ఆయన ఈ పద్ధతి వదలకుండా, ఆనాటి నుండి నేటి వరకు, ఈ అన్నదాన కార్యం చేస్తూనే ఉన్నాడనగానే , ఆ పక్కనే ఉన్న అతను అన్నాడు, "కొందరు పిచ్చివాళ్ళు తామేం చేస్తున్నారో తెలియకుండా చేస్తుంటారు లే, వారిని గూర్చి మనకెందుకు" అని చెప్పగానే, ఆ అంగడాయనకు కోపమొచ్చి అన్నాడు. ఆయన పిచ్చివాడు గాదు. అతను మహాభక్తుడు ఒకసారి జరిగిన సంఘటన చెబుతాను. వినమని చెప్పసాగాడు.

ఇరవై సంవత్సరాల క్రిందట, ఒక నాడు, ఆ ముద్దప్పకు ప్రక్కనున్న అరుగుపై ఒక సన్యాసి కూర్చుని, దైవదర్శనానికి పోయే వారందరికి తన వద్ద నున్న ఒక బంగారు దండను చూపుచూ చెప్పసాగాడు. ఇది స్వచ్ఛమైన బంగారు పూసలదండ. నూటయాభై గ్రాముల బరువుంది. దీన్ని ఎవరైన మెడలో వేసుకుంటే, దీని రంగు మారకుంటే!,ఈ దండ వారికే ఇచ్చి దానితో పాటు మరో నూరు గ్రాముల బంగారు దండనిస్తాను. ఎవరైనా వచ్చి దీన్ని మెడలో వేసుకొని పరీక్షించి చూడమంటున్నాడు.

చాలా మంది ప్రయత్నించారు. ఆ దండను ఎవరి మెడలో వేసినా , అది వెంటనే నల్లగా మారిపోతోంది. ఇలా ఆ సన్యాసి వారం దినాలు ప్రయత్నించాడు. ఫలితం కనిపించలేదు. చివరకు మా నాయనగారు వెళ్ళి, ఆ దండను ముద్దప్ప మెడలో బలవంతంగా వేయించాడు. చిత్రమేమోగాని ఆ దండలో ఏ మార్పురాలేదు. పైగా అది ఇంకా మిరుమిట్లు గొలిపే కాంతితో ప్రకాశించింది. అక్కడి వారందరు, ఆ ముద్దప్పకు చేతులెత్తి నమస్కరించారు. వెంటనే సన్యాసి, ఆ ముద్దప్ప కాళ్ళపై బడి నమస్కరించాడు.

ముద్దప్ప ఏమీ మాట్లాడకుండా, ఆ దండ తీసుకొని పోయి గుడిలో పూజారికిచ్చి దేవుని హుండీలో వేయమన్నాడు.

సన్యాసి కూడా ఆయన వెంట వెళ్ళి, మరో పది గ్రాముల బంగారు దండ ఇచ్చి, దీన్నైనా నీ మెడలో వేసుకొమ్మంటే, దాన్ని కూడా ముద్దప్ప, పూజారికిచ్చి దేవునికి నమస్కరించి ఏమి మాట్లాడకుండా ఆ గుడి నుండి బయటకి వచ్చాడు. అప్పటి నుండి దేవస్థానం వారికి, ముద్దప్పపై చాలా గౌరవం పెరిగిందని చెప్పగానే, వారు తిరిగి ఆ చెట్నీ వేసే ఆమెను గూర్చి అడిగారు.

అంగడాయన చెప్పసాగాడు. ఆమె ఎవరో ఎక్కడి నుంచి వచ్చిందో ఇంతవరకు ఎవరికి తెలియదు. ఆమె, వారి తోట ప్రక్కనే పూలతోట పెంచుతూంది. ప్రతి దినం, ఆమె, ఆ తోట నుండి పువ్వులు కోసుకొని వచ్చి, గుడిలో ఇచ్చి వస్తూ ఉంటుంది. ఆ తర్వాత వంట పనిలో ముద్దప్పకు సాయపడుతూ ఉంటుందన్నాడు.

ఇలా ప్రతిదినం వారిద్దరు అక్కడి నుండి ముద్దలు తెచ్చి, వాటిని ఇక్కడే పంచి, అవి అయిపోగానే ఎవరికి వారు వెళ్ళి పోతారు. వారు ఒకరితో ఒకరు మాట్లాడుకోవడం ఇంతవరకు ఎవరూ చూడలేదు. మరో చిత్రమైన విషయం చెబుతా వినమని చెప్పసాగాడు.

ఆ ముద్దప్ప ఆ బంగారు దండను దేవుని హుండిలో వేసినప్పుడు తప్ప మరెప్పుడు గుడిలోకి పోలేదు. ఈ దండ హుండీలో వేయమని పూజారికి చెప్పిన ఆ ఒక్క మాట తప్ప మరెప్పుడు తిరిగి ఆయన ఎవరితోను మాట్లాడలేదు. చూడండి ఆయన ఎంత ప్రతిఫలాపేక్షలేని వ్యక్తో గమనించండి, అని చెప్పి ఇంకా ఇట్లా చెప్పసాగాడు.

ఒకనాడు ఆలయ కమిటి వారు పూజారితో పాటు, ముద్దప్ప దగ్గరకు వచ్చి సగౌరవంగా ఆయనను ఆలయంలోనికి రమ్మని ఆహ్వానిస్తే, ఆయన వారికి నమస్కరించి, గుడి దిక్కు చేయి చూపి, మొక్కి, తన వద్ద, ముద్దలు తీసుకొనే ఒకాయన కడుపు చూపి, అక్కడే ఉన్న మరికొందరి కడుపులను తాకి ఆకాశం వైపు చూసి, దేవుని దిక్కై మొక్కుకున్నాడే గాని, ఒక్క మాట మాట్లాడలేదు.

అంటే! "స్వామి వారు" ముద్దలు తీసుకునే, ప్రతి మనిషి కడుపులోను, నాకు దర్శనమిస్తుంటారు. ప్రత్యేకంగా నేను అక్కడికి ఎందుకు రావాలని? దాని అర్థం. తర్వాత

అతను అందరికి నమస్కరించి, సున్నితంగా వారి ఆహ్వానాన్ని తిరస్కరించాడు. అట్లాంటి కళంకములేని మహానుభావుడాయన. అని చెప్పగానే, దేవుని పటాలు తీసికొనే వారి నోటమాటరాలేదు.

ప్రతిఫలాపేక్ష లేకుండా ఆకలిగొన్న వారికి అన్నం పెడుతూ, మానవసేవే మాధవ సేవగా భావించే ఆయన ఆదర్శం ముందు మనమెంతటి వారమని, వారిద్దరూ ముద్దప్పవైపు తిరిగి, మనసారా, ఆయనకు నమస్కరించి, దేవుని చిత్రపటాలు కొనుక్కొని అక్కడి నుండి వెళ్ళిపోయారు.

# వడ్డీ చక్రం

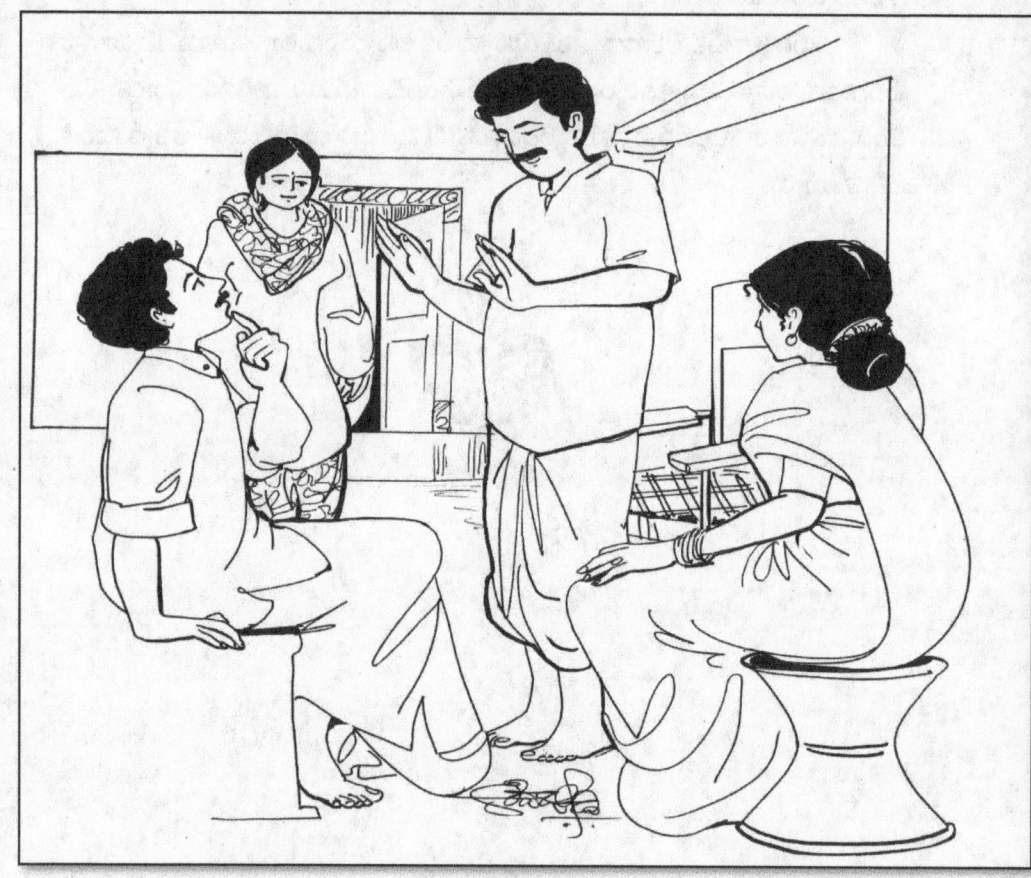

మయామి అనే ఊర్లో మాబున్నీ, సూరక్క అనే యిద్దరమ్మాయిలు, ఒకే వీధిలో ఉండేవారు. వారు చిన్నప్పటి నుండి హైస్కూల్ వరకు, ఒకే స్కూల్లోనే చదువుకున్నారు. వారి తల్లిదండ్రులు పేదవాళ్ళైనందున ఆర్థిక స్థోమత లేక, వారి చదువు అంతటితో ఆగిపోయింది. అయినా ఎవరికి వారు ఇంటి వద్దనే ఉంటూ, యింటి పని, వంట పని నేర్చుకుంటూ, ఆ ఊరి మహిళా మండలి సెంటర్లో స్త్రీలకు సంబంధించిన బట్టలపై ఎంబ్రాయిడరీ, కుట్లు, అల్లకం, జాకెట్లు, లంగాలు వంటివి, చిన్నపిల్లలకు తగిన గౌన్లు, డ్రస్లు కుట్టడం నేర్చుకున్నారు.

పెళ్లీడు వచ్చిన తర్వాత, వారి తల్లిదండ్రులు వారి వారి యోగ్యతానుసారం, ఆ అమ్మాయిలకు పెండ్లిండ్లు చేసి భర్తల వెంట పంపారు. చిత్రమేమోగాని వాళ్లిద్దరి మెట్టినిండ్లు కూడా ఒకే పట్టణమే. విశేషమేమంటే ఆ విషయం వారికి తెలియదు.

అనుకోకుండా, వారు ఒకనాడు ఒక కాయగూరల మార్కెట్లో కలుసుకొని, చాలా సంతోషించారు. అక్కడే ఒకచోట కూర్చుని చిన్నప్పటి నుండి అప్పటిదాకా జరిగిన అనేక విషయాలు ముచ్చటించుకున్నారు. ఆ రోజు నుండి క్రమక్రమంగా ఒకరింటికొకరు రాకపోకలు ప్రారంభించుకున్నారు. వారి భర్తలు కూడా వారి స్నేహాన్ని స్వాగతించారు.

మాబున్నీ భర్త రషీద్. ఆయనకు స్వంత మెకానిక్ షెడ్ వుంది. కొంతమంది పనివారిని పెట్టుకొని ఆయన అక్కడే పని చేస్తాడు. మాబున్నీ మాత్రం ఇంటి వద్దే చిన్నప్పుడు నేర్చుకున్న విద్య వల్ల ఆడవాళ్ళకు జాకెట్లు, పిల్లలకు అవసరమైన బట్టలు కుడుతూ, కొంత డబ్బు సంపాదిస్తూ కుటుంబానికి తోడు నీడగా ఉంది. ఏ ఆర్థిక ఇబ్బందులు లేకుండా పిల్లల్నిద్దరిని బాగా చదివించుకుంటూ, ఏ చీకు చింత లేకుండా బతుకు సాగిస్తున్నారు..

సూరక్క భర్త జగదీష్ కు ఆయన స్వంత ఊర్లో కొంత వ్యవసాయముంది. అపుడపుడు ఆ పనిపై తమ గ్రామానికి పోయి వస్తుంటాడు. వ్యవసాయం లాభసాటిగా లేకున్నా నష్టం రాకుండా సాగుతూ, తినడానికి ఏ లోటు లేకుండా వారి సంసారం సాగుతుంది. అతను ఇంటి వద్దే గుడ్డల అంగడి పెట్టుకొన్నాడు. దానికితోడు అతనికి చిట్ ఫండ్ వ్యాపారం కూడా ఉంది. తానే ఆ పని ఇంటి వద్ద జరుపుకోవడం వల్ల, వారం వారం, నెల నెల, అతని చేతుల మీదుగా వేలు, లక్షలు టర్నోవర్ అవుతున్నాయి. డబ్బు చెల్లించేవారు, తీసుకొనిపోయేవారు ఎక్కువ మంది ఉన్నందున, ఆ డబ్బంతా తనదే ఐనట్లు, లెక్కలేని అహంకారంతో ఉన్నాడతడు.

భార్య హెచ్చరించింది. ఆ డబ్బు నీదిగాదు. ఏ కొంచెం తప్పు జరిగినా, నీ నెత్తికొస్తుంది. జాగ్రత్త అని చెప్పింది. అతడన్నాడు నా వ్యాపారాన్ని గూర్చి నీకు తెలియదు. నా విషయంలో తలదూర్చకన్నాడు. ఒకనాడు పక్కింటాయన, జగదీష్ దగ్గరికి వచ్చి అన్నాడు. తనకు చాలా అప్పులున్నాయని, ఇప్పుడిప్పుడే వాటిని తీర్చడానికి తనకు స్థోమత లేనందున, ఇల్లు అమ్మకపోతే, తీసుకున్న వడ్డీలకే ఆ ఇల్లు సరిపోతుంది. ఇప్పుడమ్మితే అప్పులకు పోను, కొంచెమైనా డబ్బు నా చేతికొస్తుంది. అందుకే నేను ఇల్లు అమ్మాలనుకుంటున్నాను. ఎవరైనాకొనేవారు ఉంటే చెప్పమన్నాడు.

ఆ మాటవిని, జగదీష్ అనుకున్నాడు. ఇది నా పక్కిల్లే. దీన్ని కొని మా యింటికి కలుపుకుంటే, మా ఇల్లు పెద్దదౌతుంది. నేనే దీన్ని కొంటేబాగుంటుందని, దాని రేటు కనుక్కొని కొనడానికి సిద్ధమై, ఇంట్లో వారినిగాని, తన ఆప్తుల సలహాలు, సంప్రదింపు లేవి లేకుండా, స్వంత నిర్ణయంతో ఏవిధమైన బేరసారాలు లేకుండా, ఇంటి రేటు అడిగాడు. అతడు ఆరు లక్షలు చెబితే, "నా వద్ద ప్రస్తుతం రెండు లక్షలున్నాయి. ఇక నాలుగు లక్షలే గదా నాకు అప్పు కావలసింది. దాన్ని ఎక్కడో ఒకచోట అప్పు తెచ్చి కొంటా నాకేమి తక్కువనుకున్నాడు."

అప్పటికప్పుడే దగ్గరున్న రెండు లక్షలు అడ్వాన్సుగా, అతనికి యిచ్చి, రేపు మిగతా నాలుగు లక్షలిస్తా రమ్మన్నాడు. అప్పు చేసే ముందు ఆదాయ వనరులు, ఖర్చులు, మిగుళ్ళు మున్నగునవన్నీ బేరీజు వేసుకోవాలి. జగదీష్ అవేవి ఆలోచించకుండా ఆ మరునాడే అప్పు తెచ్చి ఇల్లు కొన్నాడు.

తరువాత దినం, ఇల్లు కొన్న విషయం భార్యకు తెలిసిపోయింది. ఆమె తల బాదుకుంటూ, ఆ యిల్లు మనకు, ఏమవసరముందని నిలదీసి అడిగింది. అతడు కోపగించుకొని ఆమెను కొట్టబోయాడు. కాలం పరిగెత్తుతూంది.

ఒకనాడు అప్పు యిచ్చిన ఆసామి వచ్చి, అప్పు తీసుకొని ముప్పై నెలలయింది. ఇంతవరకు వడ్డీకిగాను ఏమీ కట్టలేదు. నాకు డబ్బుతో అవసరముంది. వడ్డీ, అసలు మొత్తం కట్టమన్నాడు. ఎంతౌతుందో చెప్పమని జగధీష్ అడిగితే, అతను లెక్కగట్టి డబ్బు తీసుకున్నప్పటి నుండి జరిగిన ముప్పై నెలలకు, నూటికి నెలకు రెండు రూపాయలు ప్రకారం అయిన వడ్డీ, రెండు లక్షల నలభై వేలు అయింది. దాన్ని తీసుకున్న అసలుతో కలిపితే ఈనాటికి మొత్తం ఆరు లక్షల నలభై వేలవుతుందని చెప్పి వెళ్ళిపోయాడు.

కొంతసేపటికి మాబున్నీ, ఆ నెల చిట్టీ డబ్బు కట్టడానికి వచ్చింది. సూరక్క తన అక్కసునంతా ఆమె ముందుంచి చాలా బాధపడింది. మాబున్నీ అడిగింది. ఇప్పుడు ఆ ఇల్లు ఎంత విలువ చేస్తుందని. సూరక్కంది. మేము వీధి మూలకున్నాము. దీన్ని ఎవరు కొంటారు. ఒకవేళ ఎవరైనా కొంటే, ఇది ఏడు లక్షల కంటే ఎక్కువ అమ్ముడుపోదంది.

మాబున్నీ అంతా లెక్కవేసి చెప్పింది. డబ్బులిచ్చిన ఆయన చెప్పిన మొత్తానికి అంతకు ముందు, ఇచ్చిన అడ్వాన్సు, రెండు లక్షలు కలిపితే, ఇప్పుడు ఇంటిధర, ఎనిమిది లక్షల నలభై వేలవుతుంది. మీకు ఇదంతా అప్పుగానే ఉంది. దానికి నూటికి నెలకు రెండు రూపాయల వంతున లెక్కగడితే ప్రతినెల పదహారువేల ఎనిమిది వందలు వడ్డీ చెల్లించాలి. అంటే దినానికి ఐదు వందల అరవై రూపాయలు. సెకనుకు పదైదు పైసలు. ఇలా వడ్డీ పెరిగితే, మీ ఆదాయం వడ్డీ కట్టడానికే చాలదు. ఇక ఎప్పటికి మీరు అప్పు తీర్చలేరన్నది.

ఆమె మాటవిని సూరక్క ఏడుస్తూ, నాకు పెండ్లయినప్పటి నుండి మేమంతా కష్టపడితే రెండు లక్షల రూపాయలే మిగిలాయి. అవి కూడా హారతి కర్పూరమై పోయినాయని తలబాదుకుంది.

సూరక్క ఏడ్పు విని, జగదీష్ అక్కడికి వచ్చి, మాబున్నీ మాటలన్నీ విన్నాడు. మాబున్నీ అంది. అన్నా ఈ వడ్డీ చక్రం ముందు గుర్రాలు, కార్లు, విమానాలు కూడా పరిగెత్తలేవు. అవన్నీ అపుడపుడు విశ్రాంతి తీసుకుంటాయి. కానీ వడ్డీ చక్రం మాత్రం, డబ్బు పూర్తిగా చెల్లించేంత వరకు ఆగదు. ఇక మీష్టమంది.

ఆమాటవిని జగదీష్ అనుకున్నాడు. నేను అత్యాశతో అనవసరంగా, ఇల్లు కొని, ఈ అప్పు నా నెత్తికెత్తుకున్నాను. ఈ వడ్డీ చక్రాన్ని ఆపకుంటే! మాకు నిలువ నీడ లేకుండా పోతుందని భయపడి దాన్ని ఎవరికైనా అమ్మివేయాలని అప్పటికప్పుడే బయటకు వెళ్ళిపోయాడు.

# మార్గదర్శనం

కాంతిభూషన్ అనే భూగర్భ శాస్త్రవేత్త ఉండేవారు. ఆయన మనస్సే ఒక పరిశోధనాలయం. ఎప్పుడూ ఏదో ఒక మట్టిని గూర్చో, రాళ్ళను గూర్చో ఏదోవిధంగా పరీక్షిస్తూ, తాను తెలుసుకున్న విషయాలన్నింటిని ఒక పుస్తకంలో వ్రాసుకుంటూ ఉంటారు.

ఒక్కోసారి ఆయన ఎక్కడెక్కడి నుంచో రకరకాల రాళ్ళను కూడా తెప్పించి, వాటిని కూడా వివిధ కోణాలలో ఫోటోలు తీసుకోవడం, వేడిచేసి చూడడం, వాటిపై వివిధ కాంతి కిరణాలను పంపించడం, ఆ రాళ్ళను పొడిచేసి పరీక్షనాళికలో వేసి వివిధ రకాల రసాయనాలు, వాటిపై వేసి కూడా పరీక్షిస్తుంటాడు.

ఆయన చేసే పనిని చూచిన వారు అనుకునేవారు, ఆ రాళ్ళలో, ఆ మట్టిలో ఏముంటుందో, ఏం చూస్తాడీయన! ఈయన అతిగా చదివి చదివి, ప్రయోగాలు చేసి చేసి, పిల్లోల్లకు పాఠాలు చెప్పిచెప్పి ఈయనకు పిచ్చెక్కిందేమో! ఉద్యోగ విరమణ చేసిన ఈయన,

ఎక్కడో ఒకచోట పదిలంగా కూర్చుని పొద్దు గడపవచ్చు గదా! అంటూ అతన్ని గూర్చి ఏవేవో చిలువలు పలువలు చెప్పుకునేవారు.

సాధారణ వ్యక్తులైతే అలాగే చేస్తారు. మేధావులు మాత్రం అలాగాదు. వారి జ్ఞానతృష్ణకు విశ్రాంతి ఉండదు. మనుష్యుల్లో వారు వేరైనవారు. వారి ఆలోచనా విధానమే వేరుగుంటుంది. విమానం కనుగొంటూనే శాస్త్రవేత్తలు తృప్తిపడి ఉంటే గ్రహాంతర ప్రయాణానికి నాంది ఉండదు. రేడియోతో సరిపెట్టుకొని ఉంటే -సెల్ ఫోన్ , ఇంటర్నెట్ వంటి అధునాతన సాధనాలు ఉండేవి కాదు.

ఒకనాడు ఆ ప్రొఫెసర్, తన ఇంటి ముందు మొక్కనాటడానికి నేల త్రవ్వుచున్నాడు. అంతలో అక్కడికి ఒక యూనివర్సిటి పరిశోధనా విద్యార్థి సత్యమూర్తి అక్కడికి వచ్చినాడు. ఆయన నేల తవ్వడంలో ఆ ప్రొఫెసర్ గారికి కొంచెం సేపు, సాయం చేయగా ప్రొఫెసర్ గారు నేల తవ్వి అందులో మొక్కనాటి నీరు పోసినాడు.

సత్యమూర్తి తాను గుంత త్రవ్వుచుండగా, బయటపడిన కొన్ని ఎర్రని, తెల్లని రాళ్ళను ప్రత్యేకంగా ప్రక్కకు తీసుకున్నాడు. వాటిని గూర్చి ప్రొఫెసర్ గారిని అడిగాడు. ఆ రాళ్ళున్న నేల స్వరూప స్వభావాలను చర్చించాడు. తర్వాత తాను తెచ్చుకున్న రంగు రంగుల రాళ్ళను చూపించి వాటి విషయం చెప్పమనగా, ప్రొఫెసర్ వివరించాడు. తర్వాత వారి సంభాషణ వజ్రవైదూర్య, మరకత, మాణిక్యాల వంటి నవరత్నాల వైపు మళ్ళింది. అట్లాంటి విలువైన రాళ్ళు స్వచ్ఛమైనవో కాదో, ఎట్లా సులభంగా తెలుసుకోవచ్చునో చెప్పమన్నాడు సత్యమూర్తి. ప్రొఫెసర్ కొంతసేపు ఏమీ మాట్లాడక, కొన్ని పుస్తకాల పేర్లను, వాటిని వ్రాసిన రచయితల పేర్లను చెప్పి అవి చదువుకొని రమ్మన్నాడు. సత్యమూర్తి వెళ్ళిపోయాడు.

రెండు నెలల తర్వాత తాను చదివిన విషయాలు, చేసిన ప్రయోగాల విషయాలన్నీ ప్రొఫెసర్ గారికి వివరించి వ్రాసుకున్న నోట్సు ఇచ్చాడు. ప్రొఫెసర్ వాటిని చదివి తర్వాత మరికొన్ని పుస్తకాల పేర్లు చెప్పి వాటిని కూడా చదివి రమ్మన్నారు. ఈవిధంగా సత్యమూర్తి రెండు నెలలకొకసారి రావడం, ప్రొఫెసర్ తో చర్చించడం, ఇలా మూడు సంవత్సరాలు గడచిపోయాయి.

మరి కొన్ని నెలలకు సత్యమూర్తి తాను చదివిన విషయాలు, చేసిన ప్రయోగాలు పరిశీలించి తెలుసుకున్న విషయాలన్నీ వ్రాసిన కొన్ని కాగితాలు ప్రొఫెసర్ గారి ముందుంచాడు.

ప్రొఫెసర్ గారు, ఆ కాగితాలన్నీ తీసుకొని, చదివిన తర్వాత, సత్యమూర్తిని మెచ్చుకొని, తన టేబుల్ అర నుండి కొన్ని టైప్ చేసిన కాగితాలిచ్చాడు.

సత్యమూర్తి ఆ మూడు కాగితాలు చదివి ఆశ్చర్యంతో, ప్రొఫెసర్ గారి నడిగాడు. సార్! నన్ను మూడు సంవత్సరాల నుండి ఏవేవో చదవమని, ప్రయోగాలు చేయమని

ప్రోత్సహిస్తూ చదివించారు. కానీ ఇవన్నీ నేను చేసిన ప్రయోగ పరిశోధనలన్నీ, మీరిచ్చిన ఈ పేపర్లలో ఉన్నవేగదా! ఈ పేపర్లే ముందుగా ఇచ్చివుంటే! ఇన్ని సంవత్సరాలు ఇంత శ్రమకోర్చి, ఎక్కడెక్కడో తిరిగి ఇంత కష్టపడి ఇన్ని ప్రయోగాలు చేయనవసరం లేదు. దాని వల్ల ఎంతో సమయమేగాక ఎంతో డబ్బు కూడా నాకు ఆదా అయ్యేదని వినయంగా అన్నాడు.

ప్రొఫెసర్ అన్నాడు. ఏ విషయమైనా ఎవరికి వారు స్వంతంగా తెలుసుకుంటే, అవగాహనా సామర్థ్యం పెరుగుతుంది. అట్టి జ్ఞానమే వేరు. ఎవరికి వారు సంపాదించుకొన్న జ్ఞానానుభవాలు, వారికే స్వంతం. ఈనాడు నీవు ఆ విలువైన నవరత్నాల విషయాలలో ఎంతో అనుభవంతో కూడిన జ్ఞానం సంపాదించుకున్నావు. అది నీకు నిజమైన స్థిరమైన జ్ఞానం. ఇక ముందు ముందు, నీ జీవితంలో నీకు వచ్చే ఎన్నెన్నో సమస్యలకు నీకు నీవే, సులభంగా పరిష్కరించుకోగల శక్తిసామర్థ్యాలు నీకు వచ్చినాయి. అందుకే నేను నిన్ను ఇన్నాళ్ళు చాల పుస్తకాలు చదవమన్నాను. ఎన్నెన్నో ప్రయోగాలు చేయమన్నానన్నాడు.

ప్రొఫెసర్ గారి మార్గదర్శకం సత్యమూర్తికి చాల సంతోషమైంది.

అనుభవంతో సంపాదించుకున్న జ్ఞానమే నిజమైనది. అదే స్థిరమైందని సత్యమూర్తికి తెలిసి వచ్చింది.

# అసత్య సమాధి

ఎలమంచి ఇంటర్ చదువుచూ తనకు వీలయిన సమయంలో 'కంప్యూటర్'కు సంబంధించి కొన్ని కోర్సులు చదివి నేర్చుకున్నాడు. అతని ఆర్థిక పరిస్థితులు బాగులేనందున చదువుకు స్వస్తి చెప్పి ఒక లాయర్ దగ్గర పని చేయడానికి కుదురుకున్నాడు.

లాయర్ మంచివాడు. దేనికైనా ఆధారం చూపంది నమ్మడు. ఆయన ఒక హేతువాది. అతని ఆలోచనా విధానం ఎలమంచికి బాగా ఒంటబట్టింది. ఎలమంచికి తన స్వంత ఊర్లో కొంచెం పొలముంది. పొలం మధ్య ఒక పాడుబడ్డ బావి ఉంది. అందులో చాలాకాలం నుండి ఒక చుక్క నీరు లేదు. అయినా చుట్టుపట్ల గ్రామస్థులు, చాలా ఏండ్ల నుంచి సంవత్సరానికొకసారి, ఆ బావి దగ్గర గంగమ్మ జాతర జరుపుకుంటారు. ఎలమంచి వారితో అనేవాడు. నీరులేని బావిని పూజించడమేమిటని? అయినా! అతడు ఎంత చెప్పినా వినకుండా, చుట్టుప్రక్కల గ్రామాల వారు వచ్చి, అక్కడ జాతర జరుపుకుంటూనే ఉంటారు. అతని మాట ఎవ్వరు లెక్కచేసేవారు కాదు.

ఎలమంచికి, ఆ గంగమ్మ బావి ఉన్న భూమంతా వంశపారంపర్యంగా

సంక్రమించిందే. ప్రతి సంవత్సరం, అతడా పొలాన్ని దున్నించి విత్తనాలు విత్తిస్తాడు. పంట సరిగ్గా కోతకొచ్చే సమయానికి 'జాతర' వస్తుంది. ఆ సమయంలో వచ్చే మనుషుల, పశువుల తొక్కిడికి, పంట పూర్తిగా నాశనమౌతుంది. అతడు పెట్టిన ఖర్చులన్నీ బూడిద పోసిన పన్నీరైనట్లు, అన్నీ అతని నెత్తినబడడం, దానితో అతడు అప్పుల పాలు కావడం సర్వసామాన్యమైంది.

ఎలమంచి, 'లాయర్ గారికి' చెప్పగా, లాయర్ అన్నాడు. పొలం చుట్టు కంచె వేయమన్నాడు. ఎలమంచి అట్లే చేయించాడు. కాని జాతరకు వచ్చిన ప్రజల ముందు ఆ ముళ్లకంచె, ఏమీ పని చేయలేకపోయింది. జాతరకు వచ్చిన వారంటారు, తరతరాలుగా ఇక్కడ జరిగే జాతరను నిలపడానికి నీవెవరివని? అతడు పోలీసు వారిని ఆశ్రయించి రక్షణ కల్పించమంటే, వారంటారు, ఏదైనా కొట్లాట జరిగితే శాంతి భద్రత కల్పిస్తాం, గాని మత సంబంధ విషయాలతో మాకు సంబంధం లేదని అతనికి ఏం చేయాలో దిక్కు తోచలేదు.

ఎలమంచి రెవెన్యూ ఆఫీసులో విచారిస్తే, వారన్నారు, అది నీ ఆస్తి. దానిపై నీకు తప్ప ఎవరికి హక్కులేదని తేల్చి చెప్పేశారు. చివరకు అతడు గ్రామంలోని కొందరు ముసలివాళ్ళనడిగాడు. వాళ్ళలో చాలామంది మా తాతల కాలం నుండి అక్కడ జాతర జరుగుతుందని మా పెద్దలు చెప్పగా విన్నాము. అక్కడ జంతు బలులిస్తే, బావి నుండి బంగారు, రత్నాలు, వజ్రాలు, బయటికి వస్తాయట!, నీవు కూడా అట్లే ప్రయత్నించకూడదా అని అన్నారు. ఎలమంచి వారి మాటలు విశ్వసింపలేదు.

చివరకు ఏం చేయాలో దిక్కు తోచక ఎలమంచికి. అతను వాళ్ళ అమ్మనడిగాడు, "ఆమె అన్నది, మీ నాయన ఈ బావిని గూర్చి మీ తాతనడిగితే, ఆయన చెప్పాడట, చాలామంది ఈ బావిలో అమూల్య నిధులున్నాయని చెబుతుంటే!" ఆయన ఆశపడి ఆ ఊరిలోనే, ఒక షావుకారి దగ్గర, భూమిని కుదువబెట్టి, అప్పు తెచ్చి, ఆ బావి లోపల లోతుగా తవ్విస్తే, బంగారు, వజ్రాలెట్లా ఉన్నా ఒక చుక్క నీరు పడలేదట. కాని అప్పు భారం మాత్రం తలపై మోసేంత పడిందన్నాడట. దానితో ఆయన ఆ అప్పు తీర్చలేక మూడేండ్లకొకమారు అసలు వడ్డీ కలిపి మొత్తంగా ప్రాంసరీ నోటు వ్రాయిస్తూ ఉండగా, ఆ అప్పే చాలా ఎక్కువైందటా! చివరకు వేరేచోట ఆయనకు ఉన్న భూమిని మొత్తంగా తెగనమ్మి అప్పంతా తీర్చేసినాడట". భూమిపోయినా చింతలేదు గాని, నా అప్పు తీరిందని ఆనాటి నుండి తనకు కంటి నిండ నిద్ర వస్తూందని చెప్పేవాడట. ఆ విషయం ఆమె చెప్పడంతో, ఎలమంచికి తల దిమ్మిరెక్కింది.

ఒకనాడు భూగర్భ శాస్త్రవేత్త దగ్గరకు వెళ్ళి మా బావిలో నీరున్నదీ, లేనిదీ! చూడమని కోరాడు. ఆయన చాలా రకాలుగా, నేలను పరీక్షించి, ఇందులో వెయ్యి అడుగుల లోతు తవ్వినా ఒక్క చుక్క నీరు లేదని తేల్చి చెప్పేశాడు. తిరిగి ఎలమంచి భూగర్భ శాస్త్రవేత్త నడిగాడు. "ఈ భూమిలో మరో చోట ఎక్కడైనా నీరు ఉందో లేదో చూడమని" ఆయన

ఏవేవో పరికరాలతో, నేల అన్ని మూలలు పరీక్షించి భూమిలో ఒకచోట కొద్దిగా తేమ ఉంది. ఆ నీటితో బిందు సేద్యంగా నీవు తడిపైర్ల వంటివి, కాయగూరల వంటివి పెట్టుకోవచ్చు. అంతకంటే నీళ్ళ కోసం ఈ నేలను నమ్ముకోవద్దన్నాడు.

ఎలమంచి శాస్త్రవేత్త చెప్పిన చోట, బోరు బావి తవ్వించాడు. కొద్దిగా నీళ్లు పడ్డాయి. ఆ గ్రామస్థులనే కూలీలుగా ఏర్పాటు చేసి, ఆ నేలను చదును చేయించాడు. జాతర బావి పూడి పోయింది.

ఆ సాయంత్రానికి భూమి స్వరూపమే మారిపోయింది. ఆ గంగమ్మ బావి ఎక్కడుందో తెలియనంత చదునైంది. ఒక వారంలో దాన్ని పంట పొలంగా మార్చి కాయగూరల పైరు నాటించాడు.

ఆ జాతర సమయం రానే వచ్చింది. చుట్టుపట్ల పల్లె వాసులు తండోప తండాలుగా రానే వచ్చారు. వారు పొలం కొత్త స్వరూపాన్ని చూచి ఆశ్చర్యంతో, కొందరు గంగమ్మ బావి ఎక్కడుందన్నారు? ఎలమంచి వారితో చెప్పాడు. “అయ్యా! మీరెప్పుడైనా బావిలో నీరు చూచినారా! అని? వారు లేదన్నారు. "అట్లాంటప్పుడు నీళ్ళు లేనిచోట, గంగమ్మ జాతరేమిటయ్యా! నీళ్ళున్న బావిని పూజించుకోండి. అంతేగాని ఇక్కడ మీరు తిరునాళ్ళు జరుపుకోవడానికి వీలుకాదన్నాడు.”

ఆమాట వింటూనే కొందరికి కోపమొచ్చింది. వారు అతన్ని కొట్టబోయారు. కొందరున్నారు, ఇక్కడ నీకు నిధి దొరికింది. దాన్నంతా నీవే తీసికున్నావన్నారు. ఎలమంచి వారితో అన్నాడు, “ఈ భూమి పూడ్చే ముందు వట్టి బావిలోనికి కొందరు దిగి ఇంకా 3 అడుగుల లోతుగా బావిని తవ్విన వారు ఇక్కడే ఉన్నారు. మీరు ఇలా అడుగుతారనే, అధికారుల ముందే ఈ పని చేయించాను. మా లాయర్ కూడా ఇక్కడే ఉన్నారు. ఆ తవ్వినవారు బావిని పూడ్చిన వారు అందరు, ఇక్కడే ఉన్నారు వారినడగమన్నాడు. 'వారు అక్కడ ఏమీలేదన్నారు.

లాయరన్నాడు.' చాలా కాలం నుంచి, మీరందరు ఈ నేలలో జాతర జరుపుచున్నందున ఎలమంచి చాలా నష్టపోయినాడు. బావిలో ఒక చుక్క నీరు లేదు. పైగా నిధి ఉందనే అసత్య ప్రచారం జరిగింది. ఆ నష్ట పరిహారం ఎవరు భరిస్తారు. మీరు ఇక్కడ గలాటా చేస్తే మీపై కేసు వేయిస్తానన్నాడు. ఆ మాటవిని జాతరకు వచ్చినవారు అతణ్ణి తిట్టుకుంటూ వెనుదిరిగారు.

అసత్య ప్రచారాన్ని భూస్థాపితం చేసిన, ఎలమంచి ధైర్యానికి, పట్టుదలకు, తెలివితేటలకు అక్కడివారందరు అతణ్ణి మెచ్చుకున్నారు. మూఢ విశ్వాసం ఎప్పటికైనా మరుగునపడక తప్పదు.

# ఆలోచన ఆచరణ

నీలప్పది చెలిమూరు. అతనికి ఇద్దరు కొడుకులు. పెద్దవాడు ఫణీంద్ర ప్రభుత్వ ఉద్యోగి. అతడు పంటకోత సమయంలో మాత్రం ఊరికి వచ్చి కావలసిన ధాన్యం తీసుకొనిపోతాడు. ఇక ఆ ఊరివైపు ఎప్పుడు తిరిగి కన్నెత్తి చూడడు. తల్లిదండ్రులతోగాని, తమ్మునితోగాని ఎలాంటి సంబంధం పెట్టుకోడు. అతడు ఉన్నా కుటుంబంలో లేనట్లే. ఆ ఊర్లో అతణ్ణి చూడనివారే ఎక్కువ.

రెండవ కుమారుడు పార్వతీశం అందరికి తలలో నాలుక వంటివాడు. ఎవరైనా కష్టాల్లో ఉన్నామని పిలిస్తే అర్ధరాత్రియైనా సరే చేయూతనిచ్చేందుకు సిద్ధంగాఉంటాడు. డిగ్రీ వరకు చదువుకొని, అమ్మానాన్నల కోసం ఇంటి వద్దే ఉంటున్నాడు. అయినా అతడు ఇంట్లో ఉండీ, తల్లిదండ్రులకు చేసిందేమీ లేదు. మూడు పూటల కడుపునిండా మెక్కి ఊరు తిరగడమే పనిగా ఉన్నాడు. అతనిలో చెడ్డ అలవాట్లు లేవుగాని, ప్రజాసేవే అతనికి పరమావధిగా ఉంది.

గ్రామ రాజకీయాల జోలికిపోడు గాని, అవసరమైతే దాన్ని ఎట్లైనా చక్రం దిప్పగల సమర్థుడు. అతని సేవా దృక్పథానికి, ఆ గ్రామంలోని వారందరికి అతడు మన్ననపాత్రుడైనాడు.

తండ్రి నీలప్ప, కుమారుని పనితీరు, అతని పేరు ప్రఖ్యాతులను చూచి లోలోపల ఎంత సంతోషమున్నా అతను ఏపనీ చేయకుండా తిరుగుతున్నాడని మనసులో మాత్రం దిగులుగా ఉండేవాడు.

ఒకనాడు తండ్రి కొడుకుతో అన్నాడు, నీవు వాళ్ళపని, వీళ్ళపని, అంటూ ఊర్లు తిరగడము వదలి, నీ పనేదో చూసుకొమ్మని తెగేసి చెప్పినాడు. దానికి పార్వతీశం ఏమీ సమాధానం చెప్పలేదు.

కొన్ని రోజులు గడిచాయి. పార్వతీశం తండ్రి మాటను బాగా ఆలోచించి ఆయనతో, నాయనా! నువ్వు నన్ను ఏదో ఒక పని చేయమంటున్నావు. నాకు ఏం పనిచేయాలో దిక్కుతోచలేదు. నేను ఏంపని చేయాలో నీవే చెప్పమన్నాడు. దానికి తండ్రి అన్నాడు. 'ఇతరులందరి సమస్యలకు పరిష్కారాలు చెబుతావు. కానీ నీకు నీవు, ఏ పని చేయాలో తెలిసికోలేవా? ముందు ముందు, నీ జీవితం ఎలా గడపాలో ఆలోచించు కొమ్మన్నాడు!'

పార్వతీశం బాగా ఆలోచించి అంగడి పెట్టుకుంటానని అనగానే, తండ్రి నవ్వుతూ, బాగుంది, నీ ఆలోచన. నీకు ఈ చుట్టుపట్ల గ్రామాలన్నీ తెలుసు. నీవు అంగడి పెడితే, అంగట్లో ఏ ఒక్క సరుకు మిగలదు. "వ్యాపారంతో ఇచ్చిపుచ్చుకోవడంలో నిక్కచ్చితనం పాటించాలి". నీకు మనుష్యులపై ప్రేమాభిమానాలు ఎక్కువ. అట్లాంటివాడు అంగడి పెట్టుకుంటే, అంగడి సరుకు మూన్నాళ్ళకు హారతి కర్పూరంలా హరించుకు పోతుంది. ఇక నీవు పెట్టిన సరుకు అంగట్లో ఏమీ మిగలక, నష్టమొస్తుంది. నువ్వు అప్పులపాలవుతావు. అట్లాంటప్పుడు నీవు, దాన్ని మానుకొని, జల్సాగా తిరగడమే మేలు. అప్పుడు మాకు ఇంట్లో కేవలం అన్నం ఖర్చు మాత్రముంటుందనగానే, పార్వతీశానికి తన అలవాట్లు, తాను చేసే తప్పులు అర్థమై నవ్వాడు.

ఒకనాడు పార్వతీశం, "నేనేం చేయాలో నాకు అర్థమయ్యేటట్లు చెప్పమని, తండ్రినడిగాడు". తండ్రి అన్నాడు 'ముందు నీవు ఏం చేయాలో నీకు నీవే నిర్ణయించుకో", దానికి సంబంధించిన విషయంపై అనుభవం సంపాదించుకో. అని చెప్పి అతనికి కొంచెం డబ్బిచ్చి, నీవు వ్యసనపరుడువు కాదని నాకు నమ్మకముంది. ఊరు వదలి, నీవు ఏం చేయాలనుకున్నావో, ఆ పనిపై కొన్నాళ్ళు కొన్ని ఊర్లు తిరిగి రమ్మన్నాడు! పార్వతీశం సరేనన్నాడు.

ఉదయమే అతడు బయలుదేరిపోయాడు. అతను అక్కడక్కడ పెద్ద పెద్ద పట్టణాల్లో బస చేస్తూ, మరికొన్ని పల్లె ప్రాంతాలు, కాలినడకన తిరిగాడు. కొన్ని పుణ్యక్షేత్రాలు సందర్శించాడు. ఒకనాడు అతడు ఒక పుణ్యక్షేత్రం దర్శించడానికి వెళ్ళాడు. అనుకోకుండా అతని దృష్టి ఆ దేవాలయం అంగళ్ళలోని వివిధ రకాల పువ్వులపై ,బయట ఉన్న పూల అంగళ్ళపై పడింది. అవి ఎలా పెంచాలో అవి ఎట్టి వాతావరణంలో పెరుగుతాయో, తెలుసుకోవాలనుకుని వాటిని గూర్చి ఆరా తీశాడు. కొందరు చెప్పిన వివరాలను బట్టి కొన్నిచోట్లకు వెళ్ళి, పూల క్షేత్రాలను పరిశీలించి మొక్కల పెంపకందార్లతో కలిసి అక్కడి వారితో చర్చించి. కొంత విషయం సేకరించుకొని, తిరుగు ప్రయాణమై వచ్చి, తాను చూచినవి, తెలుసుకున్న విషయాలన్నీ తండ్రితో చెప్పి, సలహా అడిగాడు.

తండ్రి చాలా సంతోషించాడు. ఆయనన్నాడు 'మనం చేసే పనియందు మన మనస్సును శ్రద్ధ, విశ్వాసాలతో, లగ్నం చేస్తే తప్పక ఆ పనియందు మనకు నైపుణ్యం కలగడమేగాక, అది లాభదాయకంగా మారుతుంది. అంతేగాక మనం చేసే పనులల్లో ఏ పనిని, తక్కువగా చూడరాదు. మన మాట తీరు బాగుంటే సగం వ్యాపారం దానితోనే జరిగిపోతుంది. మొదట చక్కగా మాట్లాడడం, ఎదుటి వ్యక్తికి చెప్పవలసిన విషయం సూటిగా, సున్నితంగా మనస్సు నొప్పించకుండా అర్థమయ్యేట్లు చెప్పగలిగే సామర్థ్యం నీకు ఉండాలన్నాడు.

మరికొన్నాళ్ళు జరిగిపోయాయి. పార్వతీశం, మండల వ్యవసాయ ఆఫీసుకు వెళ్ళి, మల్లెలు, జాజులు, కమలాలు, కలువలు, సుగంధాలు, సంపంగి, చేమంతి వంటి పుష్ప జాతులు, వాటిని పెంచే విధానము, పెంచడానికి ఏఏ కాలాలు అనుకూలంగా ఉంటాయో ఆ విషయాలు క్షుణ్ణంగా అడిగి తెలుసుకున్నాడు.

తమ పొలం దగ్గరకు వెళ్ళి వారికున్న వ్యవసాయ భూమిని గమనించాడు. అంతకుముందే తాతగారు ముందు చూపుతో, వర్షాలు వచ్చినప్పుడు, ఆ వర్షపు నీళ్లు వ్యర్థము గాకుండా, నిల్వ ఉండడానికి కట్టించిన చెరువు కుంటను చూచాడు.

అతడు ఆ చెరువులో తామరలు, కలువలు నాటించాడు. తనకు సంక్రమించిన భూమిని చదును చేయించి పూల మొక్కలకు అనుకూలమైనట్లుగా చేసుకొని, వివిధ రకాల పూలమొక్కలు నాటించాడు. పూలపంట వచ్చేందుకు ముందుగానే, జిల్లాలోని పెద్ద పట్టణాలలో పూల వ్యాపారులతో వ్యాపార ఒప్పందం చేసుకున్నాడు. పువ్వులు చెడిపోకుండా, వాడిపోకుండా ఉండడానికి శీతలీకరణ విధానాలను ఏర్పాట్లు చేయించుకున్నాడు.

గ్రామంలో పార్వతీశం మాటతీరు, అందరిని పలకరించే విధానం చూచి గ్రామస్థులు చాలామంది, తాము కూడా పూలు పండిస్తాము మార్కెట్ చేయమన్నారు.

అతడు కొన్ని ఇతర దేశాల పూల వ్యాపారులతో కూడా వ్యాపార సంబంధాలేర్పాటు చేసుకొని, ఎగుమతులు ప్రారంభించాడు.

ఆ పార్వతీశం రైతులందరికి, గిట్టుబాటు ధర ఇవ్వడంతో, అందరి తలపుల్లో అతడు ఆరాధ్యుడైనాడు. క్రమంగా ఆ గ్రామంలో పూలతోటలు అందంగా వెల్లివిరిసాయి. ఆ పూలతోటల సౌందర్యంతో ప్రాంతాన్ని చూడడానికి చాలా మంది రాసాగారు. చూస్తుండగానే అది విహార క్షేత్రమైంది. క్రమంగా 'చెలిమూరు' పేరు మరుగునపడి అది 'పూలక్షేత్రంగా' పేరు మారిపోయింది.

మనిషి అనుకుంటే సాధించలేనిదేమీ లేదు. వ్యక్తి ఏది చేయాలనుకున్నాడో దానిపై మనసు లగ్నం చేస్తే, అదే, ఆ వ్యక్తిని ఉన్నత స్థితికి తీసుకొనిపో గలదు. దానికి చక్కని ఆలోచన ఆచరణలే ప్రధాన సోపానాలు. లక్ష్య సాధనకై వేసే ప్రతి అడుగు గమ్యానికి దగ్గరౌతుంది.

# పరీక్ష

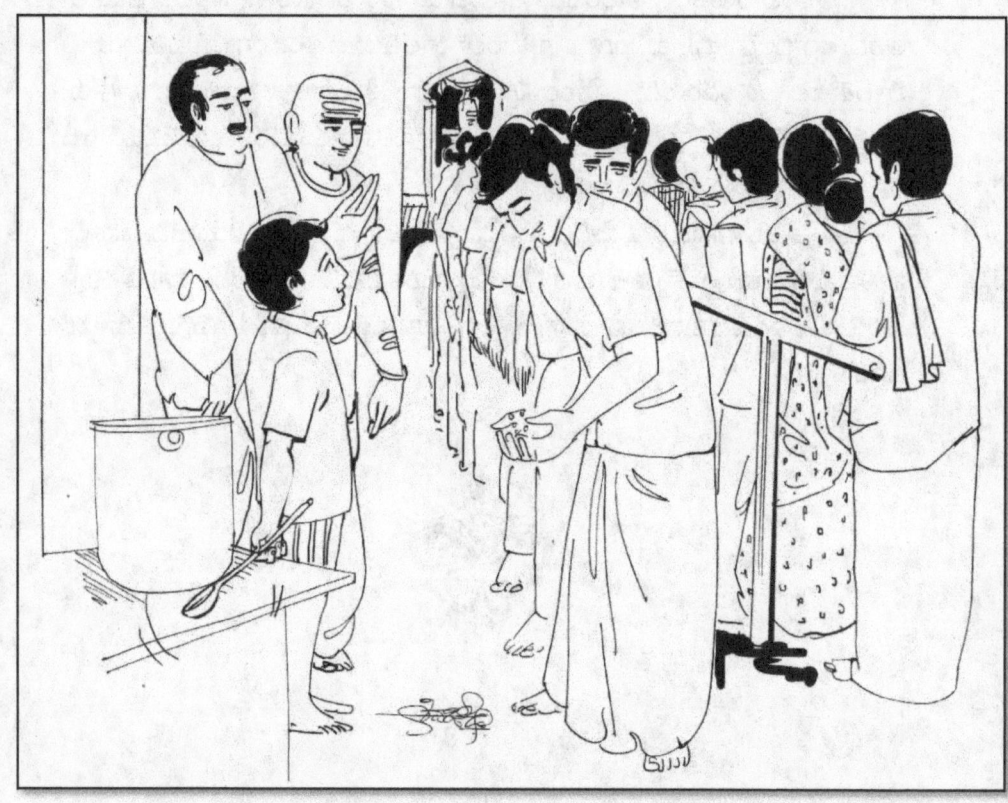

యాజయ్య శనగలమ్మే వ్యాపారి. అతని అంగడి శివాలయం పక్కనే ఉంది. ప్రతిరోజు గుళ్ళో దేవుణ్ణి దర్శించిన తర్వాతే, అతను తన అంగడి తెరుస్తాడు. ఆ గుడికి పూజారి నందయ్య. అతడు మంచి మాటకారి. ఆ ప్రాంత ప్రజలు అతని మాటలు చాతుర్యానికి ముగ్ధులై నమ్మకంతో గుళ్ళో పూజలు జరిపిస్తుంటారు. అతని అదృష్టమో! దేవుని దయో! లేక యాదృచ్ఛికమో! గాని భక్తులు కోరిన కోరికలు మాత్రం తీరిపోతుంటాయి. అందుకే కొందరు శివాభిషేకం కోసం, తమ పేర్లు ఆ పూజారి పుస్తకంలో ముందుగానే నమోదు చేసుకుంటుంటారు.

ఒకనాడు యాజయ్య శివాలయంలో దేవునికి నమస్కరించి, తన షాపుకు పోవడానికి సిద్ధపడుచుండగా, నందయ్య అతన్ని పలకరించి అన్నాడు. అయ్యా! కార్తీక మాసం శివునకు అత్యంత ప్రీతికరమైంది. అందుకే తమరు, ఈ నెలలో ఏదో ఒక రోజు ఈ ఆలయంలో ప్రసాదం పెట్టిస్తారా! అని అడిగినాడు.

యాజయ్య పూజారికి నమస్కరించి, అట్లాగే కానివ్వండి. ఏం ప్రసాదం పెట్టించాలో తమరే చెప్పండన్నాడు.

అప్పుడా పూజారన్నాడు, 'మీరు శనగల వ్యాపారస్థులు. ఆ శనగలే ఒకరోజు ప్రసాదంగా ఇవ్వండి. నేను, వాటిని ఉడికించి, ప్రసాదంగా పంచుతానన్నాడు.' యాజయ్య సరేనని, ఎన్ని శనగలు కావాలో చెప్పండి, వాటినే పంపిస్తానన్నాడు.

కొందరికి బుద్ధికుశలత అద్భుతంగా ఉంటుంది. ఏ కొంచెం అవకాశం దొరికినా, వారు చొచ్చుకొనిపోయి, మనసులో తామనుకున్నది సాధించుకుంటారు. అదే వారి ప్రత్యేకత.

యాజయ్య మనసు పాదరసమై పరిపరి విధాల ఆలోచించి స్థిరమైంది. అతడన్నాడు. "పూజారి గారూ! తమరు ఈ నెల రోజులు, ప్రతిదినం గుళ్లో అందరికి ప్రసాదం పెట్టించడం చాలా సంతోషకరమైన విషయం. అందులో నాకు కూడా అవకాశం కల్పించారు దానికి ఎంతో కృతజ్ఞతలు. దీనివల్ల నాకు పుణ్యం పురుషార్థాలు రెండు దక్కనున్నాయి. కాని ఒక్క విషయంలో మాత్రం నాకు స్వేచ్ఛనివ్వాలి. అదేమంటే, నేను రోజుకి కొన్ని శనగలని దానమిస్తాను. దీనివల్ల నేను, నెల రోజులు దానము చేసే అవకాశం కల్గుతుంది. అదే నా కోరిక. దయతో మన్నించమన్నాడు.

అంత పెద్ద వ్యాపారస్థుడు తన్ను అడుగుచుండగా! పూజారి అన్నాడు, అదెంతపని, తప్పకుండా అట్లేగే చేయండి. ప్రతిరోజు నా కుమారుని, తమ అంగడి వద్దకు పంపిస్తాను. అని చెప్పి, అప్పుడే అక్కడే, ఉన్న తన కొడుకు వైపు చూడగా, అతడు అంగీకార సూచకంగా, వెంటనే ఒక బ్యాగు తీసుకొని యాజయ్య వెంట బయలుదేరాడు. వారు అంగడి వద్దకు చేరగానే యాజయ్యన్నాడు. బాబు మీ నాన్న గారు నెల రోజులు, శనగల కోసం నిన్ను పంపిస్తానన్నారు. దానివల్ల ఈ నెల రోజులు, నాకది దాన యజ్ఞమౌతుంది. అందుకే చాల ఆనందంగా ఉంది. ఈ రోజు, నా దానానికి మొదటి రోజు. ఇలా ముప్పై రోజులు దానమిస్తాను. నేను దానమిచ్చే విధానమేమంటే ఒకటవ రోజు, ఒకటిని ఒకటితో హెచ్చిస్తే ఎంత అవుతుందో అన్ని శనగలు దానమిస్తాను. ఇలా వరుసగా ముప్పైయవ రోజు సంఖ్యను ముప్పైతో గుణిస్తే ఏ సంఖ్య వస్తుందో! అన్ని శనగలు దానమిస్తాను. ఇది నా నియమము. నీవు ఇట్లాగే శనగలు తీసుకొని పోవాలన్నాడు. పూజారి కుమారుడు ఏ ఆలోచన లేకుండా సరేనన్నాడు.

యాజయ్య శనగల మూట విప్పి అతనితో చెప్పాడు. ఇవి లావుపాటి హైబ్రీడ్ శనగలు. నీవు ఈ మూట నుండి క్రమం తప్పకుండా ప్రతిరోజు శనగలు తీసికొని పోవాలని చెప్పి, తిరిగి అన్నాడు. ఒక్కమాట చెబుతున్నా విను. మనిషిలో క్రమశిక్షణ లేకుంటే మనసు నిలకడగా ఉండదు. దానితో బుద్ధి ఏకాగ్రత కోల్పోతుంది. అట్లా కోల్పోతే జీవితానికి శాంతి

ఉండదు. అది లేకుంటే బ్రతుకు దుర్భరమౌతుంది. కాబట్టి నేను చెప్పినట్లు శనగలు తీసికొనిపోయి, మీ నాన్నగారికి ఇచ్చి, ముప్పైయవ రోజు వీటిని ఉడికించి ఆలయంలో భక్తులకు సమానంగా పంచాల. అట్లా పంచగా చివరకు ఎన్నేసి గింజలు మిగులుతాయో నీకు ఒక్కో గింజకు రెండు వేల రూపాయలిస్తా. ఒకవేళ నేననుకున్నట్లుగాక, పద్ధతి తప్పి, లెక్క తప్పితే, నానుండీ, నీకు ఏమీ దక్కదని చెప్పి, శనగల మూట విప్పి ఒక్క శనగగింజ తీసి కన్నులకద్దుకొని, నవ్వు ముఖంతో ఆ అబ్బాయి తెచ్చుకున్న సంచిలో వేసి ఇక వెళ్ళిరమ్మన్నాడు.

పూజారి కుమారుడనుకున్నాడు ఈ రోజు నేను, ఈ ఒక్క శనగ గింజ ఉన్న సంచిని గుడికి తీసికొనిపోవాల. ఈ పెద్దమనిషి ఎంత గొప్పదానపరుడు. మొదటి రోజు ఒక్క శనగ గింజ, రెండవరోజు నాలుగు గింజలు, ఇలా ముప్పైయవ రోజు తొమ్మిది వందల గింజలు. చాల బాగుంది ఈతని దాతృత్వం. నా ఖర్మగాలి, ఈ రోజు ఇతనికి చిక్కాను. ఇట్లాంటి దానం గ్రహించడానికి నేను నెలరోజులు తిరగాలి కాబోలు. ఏంజేస్తా! తండ్రి గారి, ఆజ్ఞలిట్లున్నాయని అనుకుంటూ! అతడు పోయి గుడిలోని తన తండ్రికి విషయమంతా పూసగుచ్చినట్లు చెప్పాడు.

పూజారి నందయ్యకు యాజయ్య తెలివి అర్థమైంది. పరోక్షంగా నా కొడుకు యోగ్యతకు ఇది పరీక్షగా ఉంది. వాడు యోగ్యుడైతే! వాని చదువు రొట్టె విరిగి నేతిలో బడినట్లు సాఫీగా సాగుతుందనుకున్నాడు. కనిపించని వాటిని 'లో' దృష్టితో చూచేవాడే ద్రష్ట.

ముప్పైయవ రోజు ఉదయమే నందయ్య శనగలన్నీ ఉడికించి, శుభ్రమైన పాత్రలో పోయించి, అందులో ఒక గరిటె ఉంచి, దాని ప్రక్క, ప్రసాదం తీసుకొనేందుకు ఆకు దొప్పలుంచి, కుమారుని పిలిచి అన్నాడు. శివ దర్శనమైన తర్వాత భక్తులు ప్రసాదానికి ఇక్కడకి వస్తారు. ఆకు దొప్పలో ఒక్క గరిటెడు గుగ్గిళ్ళు పెట్టమన్నాడు. ఆ బాలుడు సరేనన్నాడు.

యాజయ్య అందరికంటే ముందే వచ్చి, శివ దర్శనమైన తర్వాత, ఆ అబ్బాయి వద్దకు వచ్చాడు. అతడు ప్రసాదమిస్తూనే! బాబు! ఇందులో ఎన్ని గింజలున్నాయన్నాడు. అబ్బాయి తడుముకోకుండా ఇరవై అన్నాడు.

లెక్కించకనే ఎట్లా చెప్పావని అడిగితే అతడన్నాడు. అయ్యా! మీరు ఆలయంలోకి ప్రవేశిస్తూనే ఇలాంటి ప్రశ్నలు వేస్తారని, ఎన్ని ఆకు దొప్పలున్నది, ఒక్కొక్క గరిటెలో ఎన్ని గుగ్గిళ్ళు పట్టేది, ఎంచి చూచినానన్నాడు. యాజయ్య ఏమీ మాట్లాడకుండా ప్రసాదం తీసికొని వెళ్ళిపోయినాడు.

మధ్యాహ్నం దాటింది. భక్తులందరు వెళ్ళిపోయినారు. ఇది గమనించి, యాజయ్య ఆ అబ్బాయి వద్దకు వచ్చి, గిన్నెలో ఎన్ని గింజలు మిగిలినాయన్నాడు. ఆ అబ్బాయి జాగ్రత్తగా ఒక్కొక్క గింజ ఎంచి దొప్పల్లో వేసి, యాజయ్యకు అందించాడు. అతడు వాటిని తిరిగి లెక్కించి ఆ అబ్బాయికే ఇచ్చి, అతనితో అన్నాడు. నేను చెప్పినట్లు నీవు క్రమశిక్షణతో పనిచేసినావు. నాకు చాలా సంతోషమైందని, చెప్పి తిరిగి అన్నాడు. "మహాత్ముల అమూల్య జ్ఞానశక్తి, తర్వాతి తరాల, ప్రయోజనార్థం భద్రపరచిన నిధులే పుస్తకాలు". వాటిని బాగా చదివి జ్ఞానం సంపాదించుకో! అని ఒక్కొక్క గింజకు రెండు వేల రూపాయల వంతున ఇచ్చి వెళ్ళిపోవుచుండగా! అంతలో పూజారి నందయ్య అక్కడికి వచ్చి తాను కూడా శనగ గుగ్గిళ్ళు లెక్కించాడు. అతని ముఖం వికసించిన పద్మమైంది. కొడుకునడిగాడు యాజయ్య గారు ఎన్ని వేలిచ్చాడని.

కుమారుడు గరిటెతో పాత్రపై, ఒక్కొక్క వేటు వేస్తూ, యాజయ్య ఇచ్చిన అన్ని వేలకు అన్ని సార్లు గట్టిగా కొట్టాడు.

యాజయ్య ఎన్ని వేలిచ్చాడో చెప్పండి చూద్దాం?

('ముప్పై వేలు ఇచ్చి ఉంటాడా ? ఆలోచించండి.')

# అడ్డదారి

'రాఘవకొండ' చాలా అందమైన కొండ. దానిపై ఎన్నో రకాలైన చెట్లు పెరిగి పచ్చదనమంతా కుప్పబోసినట్లుంటుంది. వసంతకాలంలో చూడాలి ఆ కొండ శోభను, అది రంగురంగుల ఆకులతో, పూవులతో, చూడ ముచ్చటగా ఉంటుంది.

ఆ కొండకు ఐదు కిలోమీటర్ల దూరంలో ఒక పట్టణముంది. ఆ పట్టణంలోని ఒక పాఠశాలలో రెండవ అంతస్థు పైభాగంలో కొందరు విద్యార్థులు, ఆ కొండవైపు చూస్తున్నారు. ఒకని వద్ద బైనాక్యులర్ ఉంది. అతడు 'రంగడు', అతని మిత్రుడు 'పాండు'. వారిద్దరికి మంచి స్నేహం. బైనాక్యులర్ మాత్రం రంగనిది. కాని దాన్ని ఎక్కువగా వాడేది 'పాండునే' అతను చాలా ఉత్సాహవంతుడు. అతనికి సాహసం చేయాలనే ఉబలాటమెక్కువ.

ఆ 'పాండు' బైనాక్యులర్ ఆ 'రాఘవ కొండ'ను చూపిస్తాడు. తాను చూచిన దృశ్యాలను వర్ణిస్తూ కొండను చూడమని, పిల్లోల్ల కళ్ళ దగ్గర పెడ్తాడు. వారికి ఆ దూరపు దృశ్యం సరిగా కనిపించకపోయినా పాండు చెప్పినట్లు వాళ్ళు ఊ కొట్టాల్సిందే, లేకుంటే

బైనాక్యులర్లో చూపించడు. అందుకే పిల్లలందరూ ఏదో ఒకటి లెమ్మని పొందు చెప్పినట్లు ఊ కొడుతుంటారు.

ఒకనాడు భవనంపై, చాలామంది గుంపు కూడినారని తెలిసి, ఒక ఉపాధ్యాయుడు అక్కడికివచ్చి, కారణం తెలుసుకొని, తానుకూడా, ఆ కొండ దృశ్యాన్ని చూచి విద్యార్థులతో చెప్పాడు. మనమందరం వచ్చే ఆదివారం ఆ కొండను చూడడానికి వెళదామన్నాడు. పిల్లలందరికీ చాలా సంతోషమైంది. ఉపాధ్యాయుడు ప్రధానోపాధ్యాయులకు తెలిపి అనుమతి కోరగానే, ఆయన మరికొందరు ఉపాధ్యాయులను ఆ పిల్లల రక్షణకు తోడుగా పోయేటట్లు ఏర్పాటు చేశారు. వారిలో ఒక ఉపాధ్యాయుడు, చాలా మంచివాడు. ఆయన తన స్వంత ఖర్చులతో పిక్నిక్కు వచ్చే 25 మంది విద్యార్థులకు టిఫిన్లు ఏర్పాటు చేస్తానన్నాడు.

మరునాడు ఉదయం ఆరు గంటలకే వారందరూ బయలుదేరి, కొండ దిగువకు చేరుకోగానే ఒక ఉపాధ్యాయుడు కొండమెట్లు ఎట్లా ఎక్కాల్సింది! దిగేటప్పుడు తీసుకోవాల్సిన జాగ్రత్తలు చెప్పి, కొండమెట్లు ఎక్కేటప్పుడు ప్రక్కదారి తొక్కకుండా, అందరూ కలసికట్టుగా ఉండాలన్నాడు.

మెట్లెక్కడం ప్రారంభమైంది. వంద మెట్లు ఎక్కేంత వరకు ఎవ్వరూ ఎలాంటి శ్రమ పడలేదు. అంతవరకు వారు చాలా ఉత్సాహంగా కొండ మెట్లు ఎక్కసాగారు. అక్కడి నుండి వారికి, కొండ ఎక్కే నడక వేగం, నెమ్మదించింది. వారు మెట్లు ఎక్కుచుండగా మధ్య మధ్య, ఒక్కో ఉపాధ్యాయుడు తాను గమనించిన సుందర దృశ్యాలను వివరించి చెప్పుచున్నందున వారి కాలి నడక భారమనిపించలేదు. అందరూ మూడో వంద మెట్టుకు చేరారు. అక్కడవారు కొంచెంసేపు విశ్రాంతి తీసుకున్నారు. అక్కడ విజ్ఞానశాస్త్ర ఉపాధ్యాయుడు తాను చూచిన మొక్కలు, వృక్షాలు వాటి గుణగణాలను గూర్చి వివరించి చెప్పారు.

అక్కడి నుండి మెట్లు కొంచెం, నిటారుగా ఉన్నాయి. దానితో కొందరికి మోకాళ్ళ నొప్పులొచ్చాయి. కొత్తకొత్త అనుభవాలతో, కష్టమైనా ఇష్టంగా ఆ ప్రకృతి అందాలను చూస్తూ, పూల పరిమళాలను ఆఘ్రాణిస్తూ, వివిధ రకాల పక్షుల అరుపులు వింటూ, ప్రయాణం సాగించారు. చిత్రమేమంటే! ఒకచోట చెట్ల పొదలు ఎక్కువగా ఉన్నాయి. అక్కడ ఒక పక్షి, వారిని చూచి, కొత్త వ్యక్తుల కదలికలను హెచ్చరిక శబ్దం చేసింది. దాని అర్థం, ఎవరో కొత్తవారు వస్తున్నారు జాగ్రత్త అని. ఆ విచిత్ర శబ్దం వినబడగానే కొంతసేపటికి, కొండ అంతట తనకు తాను, వివిధ పక్షుల స్వరాలతో, కొండకు కొండే ఏక కంఠంగా అరుస్తున్నట్లు, పక్షుల అరుపులతో మారుమ్రోగింది. ఆ అరుపులకు కొందరు పిల్లలు భయపడ్డారు. అప్పుడు తెలిసింది ఆ పిల్లలకు, ఈ పక్షులన్నీ తమ్ము తాము ఎట్లా హెచ్చరికలు చేసుకొని కాపాడుకుంటాయో అని. అక్కడక్కడ గుబురు పొదల దగ్గర,

కుందేళ్ళు వేసే గంతులు చక్కగా కనబడ్డాయి. అప్పుడప్పుడే సూర్యుడు కొండల చాటు నుండి వచ్చే దృశ్యం మనోహరంగా కనబడింది. కొన్ని నెమళ్ళు క్రేకారం చేస్తూ చేసే, నృత్యాలు అద్భుతంగా అనిపించింది. అప్పటికి వారు కొండ పైభాగానికి చేరుకున్నారు.

ఆ కొండ పై నుండి, ఇంకా చాలా ఎత్తులో గద్దలు ఆకాశంలో ఎగురుతున్నాయి. అవి రెక్కలు కదలించకుండా, ఎగరడం చూస్తే, ఆ దృశ్యం దారం లేకుండా ఎగిరే గాలి పటాల్లా అనిపించాయి. అక్కడే పిల్లలందరూ ఎత్తైన, గుబురైన పచ్చని చెట్లెక్కి ఆటలాడుకోవడం వారికి మరపురాని, ఒక మధురస్మృతి అయింది .

కొంతసేపటికి వారు ఆటలు చాలించారు. ఉపాధ్యాయులు సాయం చేయగా, అందరూ కలసి అక్కడక్కడే దొరికే చిదుగులు తెచ్చి మంట చేసి, ఉప్మా చేసుకొని ఆనందంగా తిన్నారు. సాయంకాలం కావచ్చింది. మేతకెల్లిన పక్షులు, గూళ్లకు చేరుకున్నాయి. తల్లి రాకతో గూళ్లలోని పిల్లలు ఆనందంగా అరచే అరుపులు వీనులవిందుగా ఉన్నాయి. కొండ దిగాల్సిన సమయమైందని, ఒక ఉపాధ్యాయుడు చెప్పాడు. మరో ఉపాధ్యాయుడు పిల్లలందరి హాజరు తీసుకున్నాడు. ముగ్గురు పిల్లలు లేరని తెలిసి, గాబరా పడ్డారు. వారి కోసం అన్ని వైపులా వెతికారు. కాని ఆ ముగ్గురు అప్పటికే అడ్డదారిన కొండ దిగి పోయారని తెలిసి ఉపాధ్యాయులందరు చాలా చాలా బాధ పడ్డారు.

ఒక ఉపాధ్యాయుడు మిగిలిన పిల్లలతో కొండ మెట్లు దిగుతూ, అడ్డదారిన నడవడాన్ని గూర్చి ఇట్లా అన్నాడు. కొండ దిగేటప్పుడు బ్యాలన్సు తప్పిపోయే ప్రమాదముందని, నేను ఇంతకుముందే ఎన్నో జాగ్రత్తలు చెప్పాను. అయినా ఆ ముగ్గురు నా మాట వినలేదు. పాఠశాలకు వెళ్తే ప్రధానోపాధ్యాయులు వారితో నాకు మాట వస్తుందని, చెప్పి చాల బాధపడ్డాడు.

ఆయనన్నాడు, అడ్డదారిలో కొండ దిగడం తాము చేరుకోవాల్సిన ప్రదేశం దగ్గరే అయినా ఎదుర్కోవలసిన సమస్యలు మాత్రం చాలా ఎక్కువగా ఉంటాయి. దిగేప్పుడు శరీర గరిమనాభి మారడం వల్ల మనం ముందుకు పడిపోయే ప్రమాదముంది. అట్లా అడ్డదారిలో నడిస్తే ఎన్నో రకాల చెట్లను, ముళ్ల పొదలను దాటి, నడవాల్సి వస్తుంది. కొన్ని చెట్ల కొమ్మలు మనం వేసుకున్న బట్టలకు తగిలి, అవి చీలికలైపోతాయి, అవి చర్మానికి తగిలి రక్తం కారవచ్చు. ఒక్కోసారి ఆ ముళ్ళు తగిలితే, వాటి చివరల్లో కొన్ని రకాల విషాలుండవచ్చు. ఆ విషాల వల్ల, స్పృహ తప్పే ప్రమాదముంది. అక్కడ చెట్ల ఆకుల క్రింద అనేక రకాల క్రిమికీటకాలు, పాములు ఉండి అవి కుట్టిన, వాటి విషాల వల్ల ప్రాణాపాయం సంభవింపవచ్చు. అది తెలియక ఆ ముగ్గురు పిల్లలు తొందరపడి వెళ్ళిపోయి, ప్రమాదంలో పడినారన్నాడు.

అదృష్టం బాగుంది. ప్రాణాపాయం లేకుండా ఆ ముగ్గురబ్బాయిలు ముందుగానే కొండ దిగారు. అందరు కొండ దిగువకు చేరుకున్న తర్వాత, ముందుగా, అడ్డదారిన కొండ దిగిన పిల్లలను, గమనిస్తే వారు వేసుకున్న బట్టలు చినిగిపోయాయి. అడవి చెట్ల, ముళ్ల పొదళ్ళ, కొమ్మలు తగిలి చర్మం గీసుకపోయింది. కాళ్ళకు ముళ్ళు విరిగాయి. అయినా కష్టపడి సాహసంతో, వారు కష్టాలు కొనితెచ్చుకొని, ఎంతో బాధతో మూల్గుచున్నారు. అప్పటికి అందరు కొండ దిగువకు చేరుకున్నారు. ఒక అబ్బాయి భయపడుతూ అన్నాడు. ఈ పాండు, ఆ రంగడు ఇద్దరూ సాహసం చేయాలంటే నేను వారి వెంట ఉత్సాహంగా వచ్చాను. అక్కడ చెట్టు కొమ్మ తగిలి నా కంటికి ప్రమాదం జరగాల్సిందని చెప్పి ఏడ్పు మొదలు పెట్టాడు. ఒక ఉపాధ్యాయుడు ముళ్ళు విరిగిన అబ్బాయి లిద్దరికి, కొమ్మలు గీచుకున్న అబ్బాయికి తగిన ప్రథమ చికిత్స చేశాడు.

మరో ఒక ఉపాధ్యాయుడన్నాడు అడ్డదారి వ్యవహారం అన్నిట్లోను ప్రమాదకరమైంది. కొందరు చదువుకోకుండా, కాపీలు కొట్టేటప్పుడు పట్టుబడి, అవమానాలపాలౌతారు. ఒక్కోసారి డీబార్ కూడా అవుతారు. అంతేగాక మరికొందరు పెద్దవాళ్ళు అడ్డదారి సంపాదనలగు లంచాలు మరిగి తప్పులు చేస్తూ వాటిని కప్పిపుచ్చుకోవడానికి మరికొన్ని తప్పులు చేస్తూ, ఎప్పుడూ భయం భయంగా ఉద్యోగాలు చేయడం వల్ల గుండె జబ్బులు, రక్తపోట్లు, చక్కెర రోగాల వంటి అనేక రకాల రోగాల బారిన పడి జీవితం అర్థాంతరంగా ముగించుకుంటుంటారని ఎన్నెన్నో విషయాలు విపులంగా వివరించి చెప్పాడు. చూడండి పిల్లలూ అడ్డదారి వ్యవహారాలు ఎప్పటికైనా ప్రమాదమేనని చెప్పగా, ఆ ముగ్గురు పిల్లలు అన్నారు మాస్టారూ! మేము తప్పు చేశాము. ఇక ఎప్పటికి ఇట్లాంటి అడ్డదారి వ్యవహారం చేయము. మమ్మల్ని క్షమించండన్నారు.

అంతలో సాయంత్రమైంది. సూర్యుడు అస్తమించే సమయానికి అందరూ కలిసి పాఠశాల చేరుకున్నారు.

# నిశ్శబ్ద పోరు

గోవిందు తొమ్మిదో తరగతి చదివేవాడు. వారిది చాలా పేదకుటుంబం. తండ్రి తములపాకులమ్మేవాడు. ఒకసారి అతని తండ్రి మరికొంతమంది కలసి నాల్గెకరాల పొలం కౌలుకు తీసుకొని అందులో తములపాకుల తోట పెట్టుకున్నారు. తోట బాగా పెరిగి కోతకు సిద్ధమైంది. ఒకనాడు భూమి యజమాని ముసలప్ప, అక్కడికి వచ్చి తన తోటను చూచి అన్నాడు. "నా భూమి ఎంత సారవంతమైందో చూడండి. ఎన్నెన్ని ఆకులు కాస్తూందో!" మీ అదృష్టం బాగుంది. నా భూమి వల్ల మీకు మంచి సంపాదన వస్తూందని, నాకు చాల సంతోషంగా ఉంది. ఇప్పుడు ఒక్క విషయం చెప్పాలని ఇక్కడికి వచ్చాను. నేను నిన్న తములపాకులు కొనడానికి అంగడికి పోతే, అక్కడ ఒక అంగడాయన అన్నాడు నీకు తోట ఉండి కూడా తమలపాకులు కొనడానికి మా అంగడికి ఎందుకు వచ్చినావని? ఆమాట వినగానే నామనస్సుకు చాలా బాధ అయింది. అందుకే నేను ఇక్కడికి వచ్చినాను. ఏదిఏమైనా మీరు ప్రతి ఒక్కరు ప్రతిదినం నాకు ఐదేసి ఆకులివ్వాలన్నాడు.

ఆ మాట విని కౌలుదారులన్నారు మొదట మనం అట్లాంటి ఒప్పందం చేసుకోలేదే అని! దానికి ముసలప్పన్నాడు. "అది మీ యిష్టం. నేను ఆకులే గదా అడుగుతున్నాను. కౌలు డబ్బులు పెంచమన్లేదే," అని చిరుకోపాన్ని వ్యక్తం చేశాడు.

కౌలుదార్లు, భూ యజమానితో గొడవలెందుకని చేసేదేమీలేక, బలవంతంగా సమ్మతించి, ఆనాటి నుండి ప్రతి దినం ఎవరో ఒకరు, అందరి నుండి ఆకులను సేకరించి, ఆయన ఇంట్లో తమలపాకులు ఇచ్చి వచ్చేవారు.

ఒకనాడు గోవిందు తండ్రి జబ్బు పడ్డాడు. అతని కుటుంబం, కేవలం తములపాకులు అమ్మగా వచ్చే ఆదాయంతోనే, వారి బతుకు సాగుతుంది. అట్లాంటి పరిస్థితుల్లో సంసార బాధ్యత తప్పనిసరిగా గోవిందుపై బడింది. అతడు సాయంత్రం బడి వదలగానే, తోటకెళ్లి ఆకులు కోసుకున్నాడు. అతను కూడా తనవంతు ఐదాకులు ఒకాయనకు ఇచ్చాడు. ఆ ఆకులన్ని అతను కట్టగట్టి గోవిందుకిచ్చి, వీటిని ముసలప్ప ఇంట్లో ఇచ్చి పొమ్మన్నాడు. గోవిందు అట్లాగే చేశాడు.

గోవిందుకు ఈ పద్ధతి అన్యాయమనిపించింది. అతడు ఆ విషయాన్ని తర్వాత దినం బడిలో తన స్నేహితులిద్దరితో చెప్పి "ముసలప్ప తమ నుండి కౌలు తీసుకోవడమేగాక, ప్రతిదినం బలవంతంగా కౌలుదార్ల నుండి వంద ఆకులు తీసుకోవడం అధర్మం. దీన్ని ఎట్లైనా అరికట్టాలన్నాడు.

మిత్రుడు రమేష్ అన్నాడు, ఒరే! మీరిచ్చేది ఐదాకులేగదా! గొడవలెందుకన్నాడు. నారాయణ మాత్రం లెక్క వేశాడు. ఇప్పుడు వంద ఆకులమ్మితే, ముసలప్పకు, కనీసం దినానికి రెండు వందల రూపాయలొస్తాయి. నెలకు ఆరువేలు అవుతాయి. ఇట్లాంటి మోసాన్ని సహించరాదు. అతనికి ఎట్లైనా బుద్ధి చెప్పాలనుకొని, అతడు గోవిందుకు ఒక సలహా ఇచ్చాడు. అదేమంటే! గోవిందు తములపాకులు తన ఇంటికి తీసుకొనిపోయి బకెట్ నీళ్ళలోకి కొంచెం ఆవు గంజు వేసి, ఆ తములపాకులను అందులో ముంచి, భూ యజమాని ఇంట్లో ఇచ్చిరమ్మన్నాడు.

రమేష్ అన్నాడు "అతను కనుక్కుంటే గొడవైతుందేమో రా"! అని. గోవిందు అన్నాడు, "ఏం గొడవవౌతుంది? అతను అన్యాయం చేయడంలేదా?" అని చెప్పి, ఈ ఆలోచనే బాగుందన్నాడు. ఆ ప్రకారం ప్రతి దినం గోవిందు మిత్రుని సలహాప్రకారం చేస్తూ తములపాకులు ఇచ్చి వస్తున్నాడు.

ముసలప్ప ప్రతిదినం ఆ ఆకులను తీసుకొనిపోయి అంగట్లో ఇచ్చి డబ్బు తెచ్చుకుంటున్నాడు. ఒక వారం గడిచింది. ఒకనాడు అంగడాయన ముసలప్పతో అన్నాడు. అయ్యా ! నీ ఆకులు ఏదో చెడువాసన వస్తున్నాయని, చాలమంది చెబుతూ! మా అంగట్లో ఆకులను కొనడమే మానేశారు. ఇంకొందరు మా అంగడికి రావడమే

మానేశారు. ఎందుకంటే మా అంగట్లో మంచి సరుకులు కావని చెడ్డగా ప్రచారమౌతూంది. అందుకే ఇకనుంచి మా అంగడికి, నీవు తమలపాకులు తేనక్కరలేదన్నాడు.

ఆ ముసలప్ప, వేరే అంగట్లో ఇవ్వబోతే, ఆ అంగడాయన కూడా అదేమాట అంటూ, నీవు ప్రతిదినం ప్రక్క అంగట్లో ఇచ్చే ఆకులు బాగాలేవని కొందరు మా అంగడికి వస్తున్నారు. నీతో తమలపాకులు తీసుకొని మా అంగడి వ్యాపారం నష్టపరచుకోలేనన్నాడు.

ఆనాటి నుండి ముసలప్ప ఆకులు, ఎవ్వరు కొనడం లేదు. దానితో ఆతనికి కోపమొచ్చి, ఆకుతోటకెళ్ళి అందరిని తిట్టిపోశాడు.

ఆ తర్వాతి దినం నుండి గోవిందు, అప్పుడప్పుడే కోసిన స్వచ్ఛమైన ఆకులు కోసి, వాటిని కోసినవికోసినట్లుగానే, ముసలప్ప ఇంట్లో ఇచ్చి వస్తున్నాడు. అయినా ముసలప్ప ఆకులనెవ్వరు కొనలేదు ఒకనాడు గోవిందు తమలపాకులు తెస్తూనే ములప్ప వాటిని అతనికే వెనక్కు ఇస్తూ అన్నాడు, "ఒరే గోవిందూ! మీ ఆకుల వల్ల నాకేం లాభం లేదు. ఇక నుంచి నీవు నాకు తమలపాకులు తేనక్కరలేదన్నాడు." ఆ తర్వాతి ఉదయమే ఆ స్నేహితులు ముగ్గురు, బడి ఆట స్థలంలో కలుసుకొని, నారాయణ తెలివికి సంతోషించారు. కానీ ఈ ఆలోచన ఎంతోకాలం నిలువలేదు.

ముసలప్పకు వచ్చే ఆదాయం నిలిచిపోయింది. దానితో అతనికి చాల కోపమొచ్చింది. అతను ఆలోచించి, దీనికంతటికి గోవిందే కారణమనుకున్నాడు. వాడు తమలపాకులు తేవడం ప్రారంభించినప్పటి నుండినే, ఇలా జరిగింది. వానికి బుద్ధి చెప్పాలని, ఆలోచించి గోవిందు ఇంటికి పోయి అతని తండ్రిని కలసి తన ఇంట్లో పని విషయం చెప్పి, ఉదయం సాయంకాలం, ఒక గంట నీ కొడుకును, మా యింటికి పంపించమని అడిగి, దానికి ప్రతిఫలంగా నీకు నెలకు అర్ధ బస్తా జొన్నలిస్తానన్నాడు. ముసలప్ప ఎత్తుగడ ముందు పేదరికం తలవంచింది. గోవిందును పనికి పంపితే ఇంటిల్లిపాదికి తినడానికి తిండి దొరుకుతుందనుకొని, గోవిందు తండ్రి, అతని మాటకు సమ్మతించాడు.

గోవిందు మొదట్లో అనుకున్నాడు, ముసలప్ప ఇంట్లో ఉదయం సాయంత్రం కేవలం ఒక గంట మాత్రమే పనిచేస్తే మాకు నెలకు అర్ధ బస్తా జొన్నలొస్తాయి. దానితో మా ఇంట్లో వారందరి ఆకలి సమస్య తీరుతుంది. ఈ విధంగానైనా నా కుటుంబానికి నేను ఉపయోగపడ్తాననుకొని, ముసలప్ప ప్రతిపాదనను అతడు మనస్ఫూర్తిగా ఒప్పుకున్నాడు.

ముసలప్ప పథకము గోవిందుకు వారం రోజులకుగాని అర్థం కాలేదు.

గోవిందు ముసలప్ప ఇంట్లో చాలా శ్రద్ధగా చెప్పిన పని చేస్తున్నాడు. కాని సరిగ్గా బడికిపోయే సమయం అవుతుందనగా ముసలప్ప, గోవిందుకు ఏదో ఒక ప్రయోజనం లేని

పని చెప్పేవాడు. ఒక్కోనాడు పశువుల పాక శుభ్రం చేయించడం, ఇల్లు ఊడ్వమనడం, నీళ్ళు తెచ్చి పశువుల తొట్టెలో పోయమనడం వంటి పనులు ఎన్ని చేసినా, ముసలప్ప మాత్రం తిరిగి ఏదో ఒక పని చెప్పడంతో! గోవిందుకు అనుమానమొచ్చింది. అతడు తనపై కక్ష్య సాధిస్తున్నాడనుకొని, ఆ విషయాలన్నీ మిత్రులకు చెప్పుకొని బాధపడినాడు.

రమేష్ అన్నాడు, అతడు నీకు ధాన్యమిస్తున్నాడు. మీ ఇంటిల్లిపాది తింటున్నారు. అట్లాంటప్పుడు, నీవు కృతజ్ఞతతో ఇంకా కొంచెం ఎక్కువ పని చేయడంలో తప్పేముంది? అందుకే నీవు కొంచెం సర్దుకుపోవాలన్నాడు. నారాయణ అన్నాడు ఒరే గోవిందు! ఇది కుట్రరా!. ప్రతిదినం నీవు బడికి ఆలస్యంగా పోతే ఉపాధ్యాయులు నిన్ను దండిస్తారు. దానితో నీవు బడి వదిలేస్తావు. అట్లా నీపై కక్షసాధించి శిక్షించాలనేది ఆయన పన్నాగమన్నాడు. తిరిగి అతడన్నాడు. ఆ ముసలప్ప నీచుడురా! చదువుకునే వారిని ప్రోత్సహించాలే గాని, చదువు లేకుండా చేయాలనేది అతని దుష్ట సంకల్పం. మనం అతనికి ఏదోవిధంగా బుద్ధి చెప్పాలని చెప్పి, తిరిగి ఒక సలహా ఇచ్చాడు. అదేమంటే వచ్చే ఆదివారం నీవు పొలాలన్నీ తిరిగి కొన్ని తేళ్ళు తెచ్చి అతని ఇంట్లో వేయమన్నాడు.

గోవిందు అనుకున్నాడు. ఇది చాలా పెద్ద శిక్ష, ఇట్లాంటి పని సమంజసమైంది కాదు. తేళ్ళు కుడితే చాల నొప్పిగా ఉంటుంది. ఒక్కోసారి ప్రాణాపాయం కూడా జరగవచ్చు. ఈ పద్ధతి బాగా లేదనుకొని తన స్వంత ఆలోచనే అమలు పరచాలనుకున్నాడు.

మరునాడు గోవిందు మిత్రులిద్దరితో, కలిసి తాము పొలాల్లో తిరిగి తిరిగి మిడుతలు, ఇంకా చిన్నా పెద్ద పురుగులన్నీ పట్టి తెచ్చారు. వాటన్నింటిని గోవిందు పొట్లంగట్టుకొని వచ్చి సాయంత్రం ముసలప్ప ఇంట్లో వేస్తూనే ఆ పురుగుల పొట్లాన్ని విప్పాడు. ఇంకేముంది ఇల్లంతా పురుగుల మయమైంది. – ముసలప్ప వ్యవసాయదారుడు. వర్షమొచ్చిన రోజు, దీపకాంతికి పురుగులు ఆకర్షింపబడి ఎక్కడెక్కడి నుండో వస్తాయి. కాని ఈ రోజు ఇన్ని పురుగులొచ్చినాయంటే, ఇది గోవిందు చేసిన పనేనని అతనికి సులభంగా అర్థమైంది. అతడు చాలా భయపడ్డాడు. ఈ గోవిందు అసాధ్యుడు. అతడు ఆ తర్వాత దినాలలో పాములు, తేళ్ళు వంటి విషపురుగులు గూడా తెచ్చి ఇంట్లో వేసినా వేస్తాడనుకున్నాడు.

మరునాడు గోవిందు రాగానే అతనితో అన్నాడు, "గోవిందూ! నీవు రేపటి నుండి మా ఇంటికి రానక్కరలేదు. మా పని మేమే చేసుకుంటామన్నాడు". గోవిందు అతనికి ఏమీ సమాధానమివ్వలేదు. ముసలప్పే అన్నాడు. ఒరే గోవిందు నేను చేసింది తప్పే. అత్యాశతో తమలపాకులను మీ అందరితో వసూలు చేసుకున్నాను. తిరిగి నీపై కోపంతో, నీ చదువు పాడు చేయాలనుకున్నాను. నీవు నా తప్పును గుర్తించి ప్రతిచర్యగా ఇంట్లో పురుగులు వేసి నీ అక్కసును తెలియజేసినావు. దీనికంతటికి నేనే కారణమన్నాడు.

గోవిందు అన్నాడు, అన్నా! అట్లా చేయకుంటే నా చదువు పాడవుతుంది. ఇంతకంటే నాకు మార్గమేదీ కనిపించలేదు. అందుకే నేను అట్లా చేసినాను నన్ను క్షమించమన్నాడు.

వారిద్దరు ఎత్తులకు  పై ఎత్తులు వేసికోవడంలో ఒకరికొకరు తీసిపోలేదు. అట్లాంటప్పుడు ఎవరో ఒకరు విరమించుకోవడమే అప్పటికి మేలైన పని. ఈ విషయం ఇద్దరికీ అర్థమైంది. అందుకే తొందరగా ముసలప్పే రాజీమార్గం వెతికాడు.

గోవిందు ఇలాంటి నీచమైన మార్గం ఎన్నుకోవడం సమర్థనీయం కాదు.

# దేశభక్తి

పూర్వం దేవరకొండ రాజ్యంలో మానసారుడనే రాజుండేవాడు. అతడు చాలా గొప్ప పరిపాలనాదక్షుడు. అతని పాలనలో ప్రజలకు ఏ లోటు ఉండేది కాదు. పంటలు పండించుకోవడానికి నదికి ప్రక్క కాలువలు తవ్వించాడు. వర్తక వాణిజ్యాలనభివృద్ధి పరచాడు. నా రాజ్యంలో అందరు చదువుకున్న వాళ్లుండాలని చదువుపై శ్రద్ధ వహించాడు. అతనికి ధనుంజయుడనే మహామంత్రి చేదోడువాదోడుగా ఉండి మంచి సలహాలు, సూచనలిస్తుండేవాడు. ఏదీ ఎల్లకాలం స్థిరంగా ఉండదు. కొందరికి ఎన్ని ఉన్నా పుట్టుకతో వచ్చిన బుద్ధులు పుడకలతో పోవంటారు. అట్లాంటివాడే మహామంత్రి. అతడు కొన్నాళ్ళు రాజుకు అణగిమణిగి ఉన్నాడు. తనకంటూ పేరు వచ్చిన తర్వాత, అహంకారం ముసురుకొనగా తన్ను తాను గొప్పవాడిననే పొగరుకు లోనైనాడు.

ఒకనాడు రాజధానిలో గుర్రపుస్వారీ, కత్తియుద్ధం, విలువిద్య, ఏనుగుతో ఒంటరిగా పోరాడటం వంటి వీరోచిత విద్యాప్రదర్శన జరిగింది. ఆ పోటీల్లో మహామంత్రి

కుమారుడే అన్నింటిలోను మేటిగా నిలిచాడు. అది చూచి మహామంత్రికి ఇంకా గర్వం పెరిగింది. తన కుమారుడు అజాతునకే రాజుకావలసిన యోగ్యతలున్నాయనుకొని, అతన్నే రాజుగా చేయాలనే దుష్ట సంకల్పం కలిగిందతనికి.

అజాతునకు మాత్రం రాజంటే అమితమైన భక్తి విశ్వాసాలు. రాజు ప్రజల సంక్షేమం కోసం చేసే సేవలంటే అతడు చాలా ఇష్టపడే వాడు . రాజు ఎన్నో సార్లు మహామంత్రిని అడిగాడు. నీ కుమారుణ్ణి రాజ కొలువులో భాగస్వామిని చేయమని. కాని దుష్ట మహామంత్రి మాత్రం, ఆ విషయం సున్నితంగా తిరస్కరించి అతనికి ఉద్యోగం చేసే వయస్సు ఇంకా రాలేదని చెప్పేవాడు . అతని ఆ మాటలు విని రాజనుకున్నాడు , మంత్రి తన కుమారునికి ఇంకా మంచి విద్యాబుద్ధులు నేర్పించాలనే కోరిక ఉందేమోననుకొని, అతణ్ణి బలవంతం చేసేవాడు కాదు.

కాలం గడిచే కొలది ధనుంజయుడు తనకు సహజమైన కుచ్చిత, ఆలోచనలు చేయసాగాడు. కొందరు ఉద్యోగులకు డబ్బాశ చూపి, తనకు అనుకూలంగా మార్చుకున్నాడు. కొన్నాళ్ళకు తాను బలపడినానని నిర్ధారించుకొని, ఒకనాడు తన కుమారునికి తెలియకుండా తన ముఖ్య అనుచరులతో రహస్య మంతనాలు చేయసాగాడు. అవేమంటే, సైనికులు రాత్రి భోజనాలకు ఒక ప్రత్యేక మందిరానికి వస్తారు. అక్కడ వారు తాగే నీటిలో మత్తుమందు కలిపి, అందరు మత్తులోనున్నప్పుడు, తన స్వంత సైనిక వర్గాన్ని, కోటపైకి పంపి, రాజును బంధించి ధనాగారాన్ని కొల్లగొట్టి, అక్కడి ధనమంతా ఎత్తుకుపోవాలని ఎత్తువేశాడు. ధనమే రాజ్యపాలనకు మూలం. అది లేకుంటే రాజ్య పరిపాలన కుంటుబడుతుంది. అందుకే ఆ మంత్రి అట్లా ఎత్తుగడ వేశాడు. ఆనాడు బంగారు, వెండి నాణేలు చలామణిలో ఉండేవి.

ఆ విషయాన్ని అజాతుడు సూచాయగా పసిగట్టాడు. ఏదో కుట్ర సాగుతుందని, అతడు చారచక్షువైనాడు. సైనికులు తాగే నీళ్ళలో మత్తు మందు కలపకుండా తాను జాగ్రత్తగా ప్రతిఎత్తు వేసి, తండ్రి ఎత్తును చిత్తు చేశాడు. ఆ రాజ్యంలో ధనాగార భవనం, కోటలో ఉన్న సరస్సు మధ్యలో ఉంది. ఆ సరస్సులో చాలా మొసళ్ళుంటాయి. అక్కడికి వెళ్ళాలంటే నీళ్ళలో ఈదుతూ పోవలసిందే. అందుకే ధనాగారం చేరడానికి ఎవ్వరికి సాధ్యపడదు. దానికి ప్రత్యామ్నాయంగా ఆ భవనం చేరడానికి నేలలో ఒక రహస్య సొరంగ మార్గము కూడా ఉంది. ఆ మార్గము ఒక్క రాజుకు, మహామంత్రికి మాత్రమే తెలుసు.

ఒకనాడు మహామంత్రి ఆ రహస్య మార్గం తెరచి, కొందరు తనకు నమ్మకమైన, అనుకూలమైన వారిని ఆ మార్గం గుండా పంపించి, వారి వెంట తాను కూడా బయలుదేరాడు. అతడనుకున్నాడు ఈ అర్ధరాత్రి రాజు ఈ వైపురాడు. అందుకే తనవారు ఆ మార్గం చేరిన వెంటనే దాని తలుపులు మూయకుండా కట్టుదిట్టం చేశాడు. ఎందుకంటే

తాము దొంగిలించిన ధనంతో, వెంటనే బయటికి వెళ్లిపోవచ్చుననేది అతని దుష్ట పన్నాగం. అందుచేతనే, ఆ ద్వారం వద్ద తనవారు ఎవ్వరూ కాపలా లేకుండా చేశాడు. ఇది అదనుగా అజాతుడు, ఆ మార్గాన్ని మూసివేయించాడు. తండ్రితోపాటు అతని అనుయాయులు డబ్బు మూటలతో, రహస్య మార్గంలోనే ఉండి బయటికి రాలేకపోయారు. అదే సమయంలో మంత్రి మద్దతు సేనలు, కోటవైపు వచ్చాయి. అజాతుడు వారందరిని సులభంగా సేనాపతి సాయంతో బంధించి, మహామంత్రి కుట్రను భగ్నం చేయించాడు.

ఆ విషయము సేనాపతి రాజు గారికి వార్త పంపించాడు. మంత్రి చేసిన కుట్ర బయటపడింది. మంత్రితోపాటు అందరూ బంధీలయ్యారు.

రాజు ఒక పెద్ద సభ ఏర్పాటు చేసి, మంత్రికి శిక్ష వేసే అధికారం ఆతని కుమారునకే అప్పగించాడు. అజాతుడు రాజుగారి నడిగాడు "రాజా" మా నాన్నగారిని మంత్రి పదవి నుండి తీసివేసి గృహనిర్బంధ శిక్ష వేయండి. అదే ఆయనకు పెద్ద శిక్ష, దానితో ఆయన అవమానభారంతో ఇక తల ఎత్తుకొని బయట తిరగలేడని చెప్పాడు. రాజు సమ్మతించాడు.

సభకు రాజ్యంలోని ప్రముఖ వ్యక్తులతో పాటు, చాలా మంది ప్రజలు హాజరయ్యారు. వారందరి సమక్షంలో, అజాతుణ్ణి రాజు సన్మానించి అన్నాడు. ఇతడు మన సైనికులందరిని మత్తు నీరు తాగకుండా కాపాడడమేగాకుండా, మహామంత్రిని తన తండ్రి అని కూడా లెక్కచేయక దేశద్రోహ సైనికులతో పోరాడి వారందరిని బంధించిన, గొప్ప దేశభక్తిని చూపాడని పొగిడాడు.

ఆ మాటవిని అక్కడే ఉన్న రాజుగారి చిన్న రాజకుమారుడు, దేశభక్తి అంటే సైనికులతో పోరాడి జయించడమా? అని అడిగాడు. దానికి అజాతుడు సమాధానం చెబుతూ అన్నాడు.

దేశభక్తి అంటే ప్రాణాలకు తెగించి సైనికులతో పోరాడడం మాత్రమే కాదు. దేశంలోని ప్రతి వ్యక్తి తాను చేయవలసిన పని బాధ్యతలతో సక్రమంగా నిర్వహించడం కూడా దేశభక్తే.

వ్యవసాయదారులు పంటలు పండించుకున్న దేశములోని ప్రజలకు ఆహార కొరత ఏర్పడుతుంది. అప్పుడు రాజు ప్రజల కోసం ఇతర దేశాలనుండి ఆహార ధాన్యాలు తెప్పించాలి. దానితో రాజు ఖజానాలో ఉన్న చాలా విదేశ మారక ద్రవ్యం ఖర్చవుతుంది. ఇంకా వ్యాపారస్థులు, ఇతర ప్రాంతాల నుండి చాల కష్ట, నష్టాలకోర్చి కావలసిన వస్తు సామగ్రిని తెచ్చి అమ్ముతారు. వారు అమ్మకపు సుంకాన్ని కూడా రాజ్యానికి చెల్లిస్తారు. దానితో ధనాగారపు నిల్వలు పెరుగుతాయి. ఆ డబ్బును రాజు పేద ప్రజల సంక్షేమానికి ఖర్చు చేయవచ్చు. ఇంకా ప్రజలు తాము చెల్లించవలసిన పన్నులు సకాలంలో చెల్లించాలి.

అది కూడా దేశ భక్తే నేతపనివాళ్ళు, కమ్మరులు, కుమ్మరులు వంటి చాలా రకాలైన వృత్తి పనివారు, తమ గృహ పరిశ్రమలలో ఉత్పత్తులు పెంచాలి. డబ్బుగల పారిశ్రామిక వేత్తలు, దేశంలో పరిశ్రమలు స్థాపించి, ప్రజలకు ఉపాధి అవకాశాలు కల్పించి, ఉత్పత్తులు పెంచి, విదేశ వ్యాపారాన్ని అభివృద్ధి పరచాలి. అంతేగాక దేశంలో పనిచేసే కూలీలు కూడా దేశభక్తులే. అవకాశముండి ఏ పనిచేయని యువకులు మాత్రం దేశద్రోహులే. వారందరూ పరాన్నజీవులే. ఇలాంటి వారి వల్ల దేశానికి ఎట్టి ప్రయోజనముండదు. చిన్న పిల్లలు బాగా చదువుకొని విద్యావంతులైతే వారు సంపాదించిన జ్ఞానసంపద స్వదేశానికి ఉపయోగపడుతుంది. దేశంలో మంచి ఉత్పత్తులు సాధింపబడతాయి. దేశభక్తికి స్త్రీ, పురుష తేడా లేదు.

దేశంలోని మొత్తం ప్రజలందరు తమ దేశాన్ని తన కుటుంబంగా భావించి, వారందరూ నా కుటుంబం కోసం నేను పని చేస్తున్నాననుకొని పనిచేసిననాడు, దేశం సర్వతోముఖాభివృద్ధి చెందుతుందని చెప్పగా, అతని బుద్ధి వికాసానికి, అందరు కరతాళ ధ్వనులు చేశారు. రాజు అతణ్ణి మెచ్చుకొని తన ప్రధాన సలహాదారునిగా నియమించుకున్నాడు.

# బాధ్యతలు భయంతో

ఒక ఊర్లో మనుష్యులెప్పుడూ ఏవేవో రోగాలతో, ఎన్నెన్నో సమస్యలతో బాధపడేవాళ్ళు. వారు ఎన్ని మందులు వాడినా వారి రోగాలు తాత్కాలికంగా పోయేవేగాని, తిరిగి మళ్లీ మళ్లీ వస్తుంటాయి. వాళ్ళు సంపాదించిన డబ్బులో సగం మందులకే ఖర్చయ్యేది. వైద్యాధికారులు ఎంత ప్రయత్నించినా ఫలితం లేకపోయేది.

దానికితోడు గ్రామ సమస్యల విషయాలకొస్తే, వీధి కొళాయిల్లో ఎప్పుడూ నీళ్ళు బయటికి ఎగజిమ్ముతూనే ఉంటాయి. ఎప్పుడైనా కొళాయిలకు నీళ్ళు రావడం నిలిపేస్తే గ్రామస్థులు పంచాయితీ ఆఫీసరును తిట్టడానికి పోతారు. వీధిలైట్లు ఎప్పుడు వెలుగుతూనే ఉంటాయి. అంతకు ముందు ప్రెసిడెంటు గారు, గ్రామస్తులతో మీమీ ఇండ్ల వద్దనున్న వీధిలైట్లు మీరే ఆఫ్ చేసుకోవాలని, పబ్లిక్ నీటి కొళాయిల్లో నీరు పట్టుకున్న తర్వాత మీకు మీరే నిలిపేసుకోవాలని, ఇంటి ముందర మురికినీరు పోయే మురుగు కాలువలలోకి ఇంట్లో

కసువు వేయరాదని చెప్పేవారు. అయినా గ్రామస్తులు ఎంత చెప్పినా వినేవారు కాదు. ఇలా అనేక సమస్యలతో ఆ గ్రామం సతమతమవుతుండేది.

అట్లాంటి సమయంలో కొత్తగా ఒకాయన, గ్రామ సర్పంచ్ గా గెలిచాడు. ఆయన వస్తూనే గమనించిన విషయాలు అన్నీ ఇన్నీ గావు. వీధి దీపాలు గ్రామంలో కొన్నే అయినా, గ్రామ పంచాయితీ వారు మాత్రం వేలల్లో కరెంటు ఫీజు కట్టాల్సి వస్తూంది. నీళ్ళ సమస్య తీవ్రంగా ఉంది. చాలా ప్రాంతాలలో బోర్ బావులు తవ్వించి నీటిని ట్యాంకులకు నింపినా, నీరు చాలడం లేదు. వీధి కొళాయిలు ఆఫ్ చేస్తే గొడవకు దిగుతారు. ఇక రోగాల బాధ తప్పనే తప్పదు. సాయంత్రమయ్యేటప్పటికి దోమలు ఝుమ్మని ముసురుకుంటాయి. అవి కుట్టినప్పుడు బాధలు చెప్ప పనిలేదు. కొందరికి శరీరం నిండా దద్దుల్లు వస్తున్నాయి. రోడ్లల్లో వేసిన కసువుతో వీధులు ప్రయాణం చాలా కష్టమౌతుంది. ఇట్లా ఉంది. ఆ గ్రామంలోని, సమస్యల తీరుతెన్నులు. గ్రామ సర్పంచ్ వీధి వీధికి తిరిగి, ఎన్నోసార్లు చెప్పాడు. నీళ్ళు జాగ్రత్తగా వాడుకోండని, వీధి దీపాలు ఆర్పేయండని, ఇంటి ముందు సైడ్ కాల్వల్లోగాని, రోడ్డు మధ్య గాని, చెత్తచెదారం వేయరాదని, అట్లా వేస్తే దోమలు పెరుగుతాయని, ఆ దోమల వల్ల చాలా రోగాలు వస్తున్నాయని, ఎంత చెప్పినా గ్రామస్తులు ఆయనమాట పెడచెవిన పెడుతున్నారేగాని సర్పంచి మాట వినడంలేదు. "పైగా వారంటారు. వీటన్నిటిని పరిష్కరిస్తావనే నిన్ను ఎన్నుకున్నామని." ఆ విషయాలన్ని గ్రామ సర్పంచ్ కు తలనొప్పిగా తయారైనాయి. ఒకనాడు ఆయన తన ఆప్త మిత్రునితో, గ్రామ సమస్యలన్నీ చెప్పుకొని బాధపడ్డాడు.

ఆ మిత్రుడన్నాడు. చాకలివాళ్ళు మురికి పోవడానికి బట్టలను ఉతుకుతారు, బట్టలకు బాధ అవుతుందని ఊరకుంటే మురికి పోదు. కాబట్టి నీవు గ్రామ ప్రజల విషయంలో కొంచెం కఠినంగా వ్యవహరిస్తే సమస్య పరిష్కారమౌతుందన్నాడు.

ఒకనాడు సర్పంచ్ గ్రామాన్ని ఎట్లా సరిదిద్దాలో సలహాలు, సూచనలు చెప్పమంటే ఆయన చాలా విశదంగా వివరింప సాగాడు. అదేమంటే ఏ ఏ వీధి కొళాయిల్లో నీళ్ళు వ్యర్థంగా పోతూ ఉంటాయో, గమనించి కొన్నాళ్ళు ఆ కొళాయిలు తాత్కాలికంగా నిలిపేయండి. ఆ వీధిలోనివారు ఇకముందు కొళాయిల్లో వ్యర్థంగా నీళ్ళు పోకుండా మేము చూసుకుంటామని వాళ్ళు హామీ యిస్తేనేగాని తిరిగి కొళాయిల కనెక్షన్ ఇవ్వకండి,

సైడ్ కాల్వలో చెత్తాచెదారం నిలిచిపోవడం వల్ల దోమలు పెరుగుతాయి. ఎవరి ఇంటి ముందు కాల్వల్లో చెత్త నిండితే వారే బాధ్యులని గట్టిగా కోప్పడండి. దానితో కాల్వలోనికి కసువు వేయకుండా కట్టడౌతుంది. పక్క ఇంటి నుండి చెత్తచెదారం కొట్టుకొని రాకుండా, వారి ఇళ్ళ ప్రారంభాల్లో ఇనుప కడ్డీలు బిగించండి. ఎవరి చెత్త వారి వారి ఇళ్ళ హద్దులోనే ఉంటుంది. అలా మురికినీటి కాల్వల్లో చెత్తనిల్వకుంటే మురుగు నీరు

కాలువగుండా వేగంగా వెళ్ళిపోతుంది. దోమలు పెరగవు దానితో దోమల ద్వారా సంక్రమించే అనేక రోగాల నుండి ప్రజలను కాపాడవచ్చునన్నాడు. ఇంకా అన్నాడు ఆర్థిక పరిస్థితి బాగుంటే అండర్ గ్రౌండ్ డ్రైనేజి మంచిది. ,ఇళ్లలో కసువు కోసం ప్రత్యేక బండ్లు ఏర్పాటు చేయండి, అట్లా తెచ్చిన వ్యర్థాలను రీసైక్లింగ్ పద్ధతిని అమలు చేయించండి. సాధ్యం కానప్పుడు మీరు నా సలహా పాటించి చూడమన్నాడు.

ఇంకా ఆయన తిరిగి అన్నాడు, ఎవరి ఇంటి ముందు వీధి లైట్ పగలు వెలుగుతూ ఉంటుందో ఆ ఇంటి ముందు వీధి లైట్ తీసి వేయించండి. ఇలా చేస్తే కొన్నాళ్ళు గ్రామస్థుల నుండి ఆటుపోట్లు ఎక్కువగా వస్తాయి. మీరు ఎట్టి ఒత్తిడికి లొంగక స్థిరంగా ఉండాలన్నాడు.

మిత్రుని సలహాను సర్పంచ్ కొన్నాళ్ళు కఠినంగా పాటించాడు. క్రమంగా గ్రామస్థుల్లో, నెమ్మదిగా మార్పులొచ్చాయి. బాధ్యత తెలిసింది. ఎవరికి వారు, వారి వీధుల్లో సర్పంచ్ ఆదేశాలు పాటించారు. కొళాయి నీళ్ళు అందరికి సర్దుబాటైంది. వీధి దీపాల ఖర్చు తగ్గింది. మురుగు నీళ్ళు కాల్వల్లో ఏ అడ్డంకులు లేకుండా ప్రవహించాయి. దానితో దోమల ఉత్పత్తి తగ్గిపోగా వాటి వల్ల వచ్చే వ్యర్థాల రీసైక్లింగ్ విధానం లాభదాయకమైంది, రోగాలు తగ్గాయి. పంచాయితీలో వ్యర్థంగా పెట్టే ఖర్చులు తగ్గి, డబ్బు ఆదా అయింది.

ఆ మిగులు బడ్జెట్ తో పంచాయితీవారు అనేక ప్రజా ఉపయోగ కార్యక్రమాలు చేపట్టారు. దానితో సర్పంచ్ పరిపాలనను గ్రామస్థులు మెచ్చుకున్నారు. భయంతోనే బాధ్యతలు ఎప్పటికైనా సక్రమంగా నిర్వహింపబడతాయి.

# వృత్తి మార్పు

వెంకటేష్, సాలప్ప ఇద్దరు మంచి స్నేహితులు. వెంకటేష్ కు కిరాణా అంగడి ఉంది. ఆ వీధిలో అదే పెద్ద అంగడి. అతని వ్యాపారం బాగా లాభసాటిగా సాగుతుంది. ఇంటికి, వంటకు కావలసిన వస్తువులన్నీ అక్కడే దొరకుతాయి. అతడు ఉదయం 6 గంటలకు అంగడి తెరిస్తే తిరిగి రాత్రి 9 గంటల వరకు అంగడి మూయడు. ఎవరైనా తెలిసినవారు ఏమయ్యా నీ వ్యాపారం ఎట్లుందని అడిగితే, ఆయనంటాడు. ఏం వ్యాపారంలే! నా ఖర్మ! నాకు విశ్రాంతే లేదు, వ్యాపారం ఎట్లా జరిగితే ఏముందిలే ! అంటాడు. దానికి వారు నవ్వుతూ అంగడి మూసి విశ్రాంతి తీసుకో కూడదా అంటే, కొందరు పడుకున్నా నిద్రలేపి సరుకులిమ్మంటారు, ఇంకా ఎక్కడ పడుకుంటానంటాడు. అతనికి తన పనిపై భక్తి శ్రద్ధాసక్తులతో గూడిన, ఖచ్చితత్వమేమీ లేదు.

ఇక సాలప్పున్నాడు ఆయన కూడా వెంకటేష్ లాంటి వాడే. అతని జీవితం సుఖంగా సాగిపోతూ ఉంది. సాగిపోనీలే, అని అనుకునేవాడు కాదు. తనకు ఇంకా ఏదో

వెలితి ఉంది. సుఖం లేదనుకునే మనస్తత్వం ఆయనది. ఏ పనియైనా కష్టపడక తప్పదు. ప్రతి పనిలోనూ కష్ట సుఖాలు, లాభనష్టాలుంటాయి.

సాలప్ప వ్యవసాయదారుడు. కాయగూరలు పండిస్తాడు. అరటి, కొబ్బరి, మామిడి తోటలు కూడా ఉన్నాయి. ఆయనంటాడు "నాకు బుద్ధి వచ్చినప్పటి నుండి, ఈ వ్యవసాయం చేస్తూనే ఉన్నా, పంటలు పండిస్తూనే ఉన్నా! ఆ పండిన పంట అమ్ముకుంటూ, తిరిగి కొత్త పంట పెడుతూనే ఉన్నా," కానీ నాకు మిగిలిందంటూ ఏం లేదు. ఎప్పుడు పని చేస్తున్నట్లే ఉంది. విశ్రాంతి అనేదే లేదు. నాది ఏం బతుకో ఏమో? ఈ పని వదలాల్సిందేనని నిస్పృహతో మాట్లాడుతాడు.

ఆ ఇద్దరు స్నేహితులు ఒకనాడు, ఒక స్నేహితుని కూతురు పెండ్లిలో కలుసుకొని, తమ తమ మానసిక అశాంతిని వెళ్ళగక్కుకున్నారు. ఇద్దరికి తాము చేసే పనియందు నమ్మకమే లేదు. సాధారణంగా మనిషి తాను ఏంచేసినా, ఇష్టపడి చేయాలి. అప్పుడే ఆనందం కనబడుతుంది. అట్లాంటి మానసికస్థితి వారిది. దూరపు కొండలు నునుపు అనుకొని ఎవరికి వారు, ఎవ్వరికి చెప్పకుండా తమ వృత్తులను మార్చుకున్నారు. వెంకటేష్ వ్యవసాయదారుడైనాడు. సాలప్ప వ్యాపారస్థుడైనాడు.

మారిన వృత్తులను సంతోషంతో, ఉత్సాహంతో ప్రారంభించారు. వెంకటేష్ భూమి బాగా దున్ని దుక్కి చేయించాలని 10 మంది కూలీలు చేసే పనికి 20 మంది కూలీలను పెట్టించేవాడు. 50 కేజీల విత్తనాలు చల్లేచోట, వంద కేజీలు చెల్లించాడు. తనుచేసే పనిలో దేనికీ లోటు రాకూడదు, ఆలస్యం కాకూడదని, ఖరీదైన ట్రాక్టర్ తెప్పించాడు. దానికి ఒక డ్రైవర్ ను ఎక్కువ జీతానికి ఏర్పాటు చేసుకున్నాడు. కూలీలను పొలానికి పంపించి తాను ఇంటివద్ద హాయిగా విశ్రాంతి తీసుకుంటూ ఉండేవాడు. అక్కడ పొలంలో, పని వారితో పని చేయించే వారెవ్వరూ లేరు ,కూలీలు ఎక్కువైనందున ఆ పని మధ్యాహ్నానికే పూర్తిచేసి, కూలీలందరు విరామంగా మాటలకు కూర్చునేవారు. దానితో అతనికి అదనపు కూలీ డబ్బులు నెత్తిన బడుచున్నాయనే విషయం తెలుసుకోకపోయాడు. ఒక విత్తనం వేయాల్సిన చోట రెండు విత్తనాలు వేస్తే, ఆ రెంటికి గాలి నీరు, ఎరువు, చాలక ఏ మొక్కా సరిగా పెరగక, పంట సరిగా పండడం లేదు.

వాతావరణ స్థితిగతులను బట్టి మొక్కలు నాటాలి. లేదా విత్తనాలు చల్లాలి. వెంకటేష్ కు అవేవీ తెలియవు. ట్రాక్టర్ కు పూర్తిగా పనిలేదు. పండిన పంట అమ్మే సమయంలో ఎక్కడ ధరలు ఎక్కువగా ఉంటాయో! ఎక్కడ అమ్ముకుంటే గిట్టుబాటవుతుందో! ఎప్పటికప్పుడు తెలుసుకుంటూ ఉండాలి. ఎవరైనా గాని, అవసరమైతే ఒక్కోసారి ధరలు పూర్తిగా తగ్గిపోతే, కొన్నాళ్ళు ఆ పండిన పంట అట్లే నిలువ ఉంచుకోవాల్సి వస్తుంది. లేకుంటే నష్టాలు వస్తాయి. కాయగూరల విషయంలో మరీ జాగ్రత్త

వహించాలి. అవి ఎక్కువ కాలం నిలువ ఉండవు. అది పచ్చిసరుకు వాటికి ధర ఎక్కడ ఎక్కువ ఉంటుందో, ఆ ప్రాంతాలకు వాటిని వెంటనే తరలించి అమ్ముకోవాల్సి వస్తుంది. లేకుంటే అవి కుళ్ళిపోయి నష్టాలొస్తాయి.

వెంకటేష్ ఏ జాగ్రత్తలు లేకుండా కావలసిన విశ్రాంతి వైపు మొగ్గు చూపాడు. అమ్మకపు ధరగిట్టలేదు నష్టాలు నెత్తికెక్కాయి. ఇంతకుముందు వ్యాపారంలో మిగిలించినదంతా తెలియని వ్యవసాయ వృత్తిలో హారతి కర్పూరంలా కరిగిపోయింది. ఇక నష్టాల చేదు రుచి చురుక్కుమంది.

ఇక సాలప్పకు, చిల్లర కొట్టు వ్యాపారం తెలియదు. సాధారణంగా వ్యాపారస్థులు, హోల్ సెల్ వాళ్ళ దగ్గర తెచ్చి రిటైల్ గా అమ్ముకుంటారు. అట్టి మెలుకువ అతనికి తెలియక, తాను రిటైల్ వ్యాపారస్థుని దగ్గర సరుకు తెచ్చుకొని ఇంకా అధిక ధరకు అమ్ముకోజూచాడు. దానితో కొనుగోలుదారులు, అతని వద్ద ధరలు ఎక్కువని, కొనడానికి ఎవ్వరూ రావడం లేదు. అమ్మకాలు నిలిచిపోయాయి. ఉన్న సరుకులు పుచ్చిపోతున్నాయి. క్రమంగా నష్టాలు చవిచూచాడు.

ప్రతి పనిలోను కొన్ని మెలకువలుంటాయి. అవి లేకుండా గుడ్డిగా పనిచేస్తే కష్టాలొస్తాయి, నష్టాలొస్తాయి. వ్యాపార రహస్యాలు తెలివిగా తెలుసుకోవాలి. వారిద్దరూ ఏ మాత్రం తెలిసికొనే ప్రయత్నం చేయలేదు.

సాధారణంగా కొన్ని కుటుంబాల్లో వంశ పారంపర్యంగా కొన్ని పనులు చేస్తుంటే వారికి ఆ పనిలోని నైపుణ్యాలు ప్రత్యేకంగా తెలుసుకోకుండానే తెలుస్తుంటాయి. అందుకే ఏ పని చేయాలనుకున్నా ముందు ప్రణాళిక వేసుకోవాలి. అది రాత మూలకం గావచ్చు, లేదా మనస్సులో గావచ్చు. లేదా సన్నిహితులు, మిత్రులు, బంధువుల ద్వారా గావచ్చు అది ఒక్కసారి గాకుంటే ఎన్నిసార్లయినా ఓర్పు, నేర్పులతో తెలుసుకోవాలి. ఇతరులను అడిగితే తక్కువైపోతామనుకోరాదు. ఏ విషయమైనా సందిగ్ధతలకు, అనుమానాలకు తావు లేకుండా పూర్తి నమ్మకంతో పనిలోకి దిగాలి. ఒక్కోసారి అదేపని చేసేవారి వద్ద పనిచేసిన అనుభవమైనా వుండాలి. లేదా తగిన శిక్షణానుభవం పొందాలి. వెంకటేశుకు సాలప్పకు అవేవీ లేకపోయాయి.

క్షణికోద్రేకాలకు లోనై, తాము చేసే పని భారమైందని, విశ్రాంతి లేదని, లాభాలు వెంటనే రాలేదని, ఏవేవో కుంటి సాకులతో, వృత్తులు మార్చుకుంటే నష్టాలు రుచి చూడవలసి వస్తుంది. నష్టాలు రుచి చూడడమంటే పతనమైనట్లే. అలా జరిగితే వారు జీవితంలో ఎప్పటికీ కోలుకోలేరు. ఆ ఇద్దరు అలాంటి స్థితుల్లోనే మునిగిపోయారు.

అనుకోకుండా వారిద్దరు ఒకనాడు ఒక దేవాలయంలో కలుసుకొని, అక్కడి నుండి బయటికి వచ్చి, వారు చేసుకున్న తొందరపాటు నిర్ణయాల ఫలితాలు, ఎంత చేదుగా

ఉన్నాయో చర్చించుకున్నారు. ఆనాటి నుండి వారి వారి అనుభవాలను ఒకరికొకరు చర్చించుకొంటూ, ఇతరులనడిగి తెలుసుకుంటూ, వారి వారి వృత్తులను కొనసాగించారు. క్రమంగా వారు తమ పనులలో నాణ్యతానైపుణ్యాలు పొంది సుఖంగా, లాభసాటిగా తృప్తిగా జీవింపసాగారు.

# త్యాగం

ఒకనాడు చెరువు కట్టపై మనువడు మధు, తాత పాండురంగ మాట్లాడుకొంటూ నడుస్తూ ఉన్నారు. తాత ఏవేవో చెబుతున్నాడు. మధు వింటున్నాడు. తాత చెప్పడం ఆపగానే, మధు తన అనుమానం అడిగినాడు. తాతా! ఈ చెరువును కప్పల చెరువని, మన ఊరిని ముష్కరని ఎందుకంటారు? ఆ పేర్లేమీ బాగా లేవన్నాడు.

ఆ మాటకు తాత నవ్వి, తాను అక్కడే నిలిచి అతనికి చెప్పసాగాడు. పేరుదేముంది, మధూ! మన ముందుతరాల పెద్దలు ఎట్లా పిలిస్తే మనం కూడా అట్లానే పిలుస్తుంటాము. ఒక్కోసారి ఆ పేరు పెట్టడం వెనుక చాలా సంఘటనలు జరిగిఉంటాయి. వాటిని బట్టే ఆ పేర్లు వస్తుంటాయన్నాడు తాత.

మధు తాతతో అన్నాడు తాతా! ఈ ఊరికి, చెరువుకు ఈ పేర్లు ఎట్లా వచ్చాయో చెప్పమన్నాడు. తాత చెప్పసాగాడు.

ఈ చెరువు సహజసిద్ధం. ఇది రెండు కొండల మధ్య ఏర్పడింది. వందల ఏండ్ల క్రిందట, ఒక ముని ఈ చెరువు చివర ఉన్న మర్రిచెట్టు క్రింద తపస్సు చేసుకునేవాడంట.

అక్కడికి ఒక వేటగాడు పక్షులను పట్టుకోవడానికి వచ్చి చెట్టెక్కినాడు. అంతలో దూరంగా ఆ ప్రాంతపు రాజు గుర్రంపై వస్తున్నాడు. ఆయన ముందు సైనికులు నడుస్తుండగా ఆ దారిగుండా రావడం చూచి వేటగాడు, ఆ మునికి హెచ్చరిక చేయాలని ఆత్రంతో, మర్రికాయలు, ఒక్కొక్కటి కోసి మునిపై విసరుతూ 'ఉష్ ఉష్' అని హెచ్చరిక శబ్దం చేశాడు.

మునికి తపోభంగమైంది. ఆయన ఆ చెట్టుపైకి చూచి కోపంతో ఓరి మూర్ఖుడా! నేను తపస్సు చేసుకొనుచుంటే ఉష్ ఉష్ మని శబ్దం చేస్తావా! నీవు పామై పొమ్మని, తన కమండలంలో నీళ్లు చల్లాడు. వేటగాడు భయపడి చెట్టు దిగివచ్చి అతని కాళ్ళపైబడి క్షమింపమన్నాడు. అంతలో కప్పలు బెకబెక అరచాయి. వెంటనే ముని, ఆ కప్పలే, నీకు ఆహారమౌతాయన్నాడు. ఆ ఊహించని సంఘటనకు వేటగాడు చాలా బాధపడి, ఏడుస్తూ ఓ మునివర్యా! నన్ను క్షమింపమని ప్రార్థించాడు.

ముని కరుణించి, ఇది దైవ ఘటనగా జరిగిపోయింది. పాముకు చాలా ఇష్టమైన ఆహారం కప్పలు, ఎలుకలు. నీవు ఒకవేళ ఎలుకను మింగాలనుకుంటే ముందు దానికి నీ పరిస్థితిని చెప్పాలి. అది తెలిసి కూడా ఎలుక తనకు తానుగా తన్ను మింగమంటేనే, నీవు దాన్ని మింగాలి . అట్లా కాకుండా నీవు ఏ ఎలుకనైనా మింగావో, నీ శరీరంలో రంధ్రాలేర్పడి మాయని గాయాలై బాధపడతావు. ఇంకొకటి

గుర్తించుకో, నీపై దయతో చెబుతున్నాను. ప్రతి పౌర్ణమినాడు నీవు ఏ ప్రాణి ముందు ఉంటావో! ఆ ప్రాణితో దాని భాషతో నీవు మాట్లాడగలుగుతావు. అది చెప్పే మాటలు నీకు అర్థమౌతాయి. నీవు వాటితో మాట్లాడవచ్చునన్నాడు. నీ విషయం తెలిసి కూడా ఏదైనా ఎలుక తనను మ్రింగమంటేనే నీకు శాపవిమోచనమౌతుందని చెప్పి, కళ్ళు మూసుకున్నాడు. వేటగాడు అప్పటికప్పుడే పామై మర్రిచెట్టు ఉన్న పుట్టలోకి దూరిపోయాడు. అంతలో రాజు ఆ మార్గం గుండా రానే వచ్చాడు. అతడు నిలిచి, మునికి నమస్కరించి శబ్దం చేయకుండా వెళ్ళిపోయాడు.

కాలచక్రంలో వందల ఏండ్లు గడిచాయి. ఒక పౌర్ణమిరోజు ఆ పాము పుట్ట నుండి గట్టుపైకి వచ్చింది. అక్కడే ఒక పెద్ద గోండ్రకప్ప చెరువు గట్టుపై కూర్చొని విశ్రాంతి తీసుకుంటూంది. అది పామును చూచి భయపడి చెరువులోకి దూకబోయింది.

పాము దాన్ని ఆపి, దాని భాషలో మాట్లాడి, తన విషయమంతా చెప్పింది. కప్ప దాని మాటలు విని అయ్యో ఎంత ఘోరం జరిగిపోయిందని చాలా బాధపడింది. అది పాముతో అంది, "నీవు ఎన్నో ఎలుకలను చూచి ఉంటావు గదా! నీ శాప విషయం వాటికి చెప్పి ఏదైనా ఎలుకతో తనకు తాను "స్వచ్ఛందంగా నీకు ఆహారమౌతుందేమో అడగలేకపోయావా" అంది.

పాము చెప్పసాగింది. ఎలుకలు నాకు ఆహారం కావచ్చు. కానీ అవి నన్ను చూస్తూనే ప్రాణభయంతో పరిగెత్తిపోతాయి. ఒకవేళ నేను ఎలుకను పట్టుకున్నా, అది ప్రాణభయంతో అరుస్తూ నామాట వినేస్థితిలో ఉండదు. అట్లాంటప్పుడు నేను నావిషయం చెప్పడానికి ఎలా వీలవుతుంది. ఇలా కాలం గడిచిపోతూనే ఉంది అన్నది పాము.

కప్పకు శాపగ్రస్త పాముపై దయకలిగి చెప్పసాగింది. నాకు ఒక ఎలుక మిత్రుడున్నాడు. దానితో నాకు చాలా కాలం నుండి స్నేహముంది. అది చాలా బుద్ధిమంతమైంది. అది నీపై దయతో తాను ప్రాణ త్యాగానికి సిద్ధమైతే నీకు శాపవిమోచనమౌతుంది. ఒకవేళ నావల్ల నీకు, శాపవిమోచనమౌతుందనుకుంటే నన్ను ఇప్పుడే భక్షింపమంది. దాని ఔదార్యాన్ని, త్యాగబుద్ధిని, చూచి పాముకు ఆశ్చర్యము, సంతోషము ఒక్కసారి కలిగింది. దానికి అంతలో మూషికం అక్కడికి వచ్చింది. “కప్ప తనకు పాముకు జరిగిన సంభాషణంతా చెప్పింది. ఆ విషయం మూషికము విని, కప్పతో అన్నది. మిత్రమా! నీవు ఈ చెరువులోని కప్పలన్నింటికి రాజువు. నీవల్ల కొందరికి మేలు జరుగుతుంది. నా వల్ల ఎవ్వరికి ఏ ఉపయోగము లేదు. నేను ఇప్పుడు నీ బదులు పాముకు ఆహారమౌతానని చెప్పి, కప్పను ప్రక్కకు త్రోసివేసి, తనకు తానే పాము ముందు కూర్చుని పాముతో అన్నది. ఓ మహానుభావా! నా మిత్రుని బదులు నన్ను ఆహారంగా తీసుకొమ్మని కళ్ళు మూసుకుంది.

కప్ప త్యాగబుద్ధికి, పాముకు నోటిమాట రాలేదు. అది అన్నది, మిత్రులారా నాకోసం మీరు, ఒకరికోసం మరొకరు ప్రాణత్యాగానికి సిద్ధపడ్డారు. మీ త్యాగబుద్ధిని, మీ స్నేహాన్ని వెలకట్టలేను. అట్లాంటి మిత్రులను నా స్వార్థం కోసం విడదీయలేను. అది ధర్మం కాదు. నేను నా కడుపుకోసం, ఈ పాపపు పాడు కూడు తిని ఇంకా హీన జన్మమెత్తలేను. అట్లాంటి 'కూడు', నాకక్కరలేదు. ఇప్పటి వరకు నేను ఎన్నో లక్షల కప్పలను, మింగాను. ప్రాణ భయంతో అవి అరచే అరుపులు ఇంకా నా చెవుల్లో గింగురుమని వినబడుచునే ఉన్నాయి. ఇంతవరకు నేననుభవించింది చాలు. మరింత పాపం చేసి, ఆ పాపాన్ని మూటగట్టుకోలేను అని చెప్పి, తాను వెనుదిరిగి పోవడానికి సిద్ధమైంది.

వారి సంభాషణంతా వినుచున్న ధర్మదేవత, వారి ముందు ప్రత్యక్షమై మీ గొప్ప త్యాగనిరతిని, నా మాటలతో చెప్పలేను. ఇప్పుడే మీ ముగ్గురికి మోక్షప్రాప్తి ననుగ్రహిస్తున్నానని చెప్పుచుండగా! అక్కడే పొదమాటు నుండి, ఆ దేశపు రాజు బయటికి వచ్చి ఆ దేవతకు నమస్కరించి అన్నాడు. మాతా! నేను ఈ దేశపు రాజును. ఇక్కడ ఈ పొద మాటున కుందేళ్ళున్నాయని వచ్చి అనుకోకుండా ఆ ముగ్గురిని చూచి మీ సంభాషణంతా విన్నాను, పాము, కప్ప, ఎలుకల త్యాగాన్ని చూచి, నాకాశ్చర్యమైందన్నాడు.

ఆ దేవత, రాజును చూచి రాజా! ఈ మూషిక త్యాగ ఫలితంగా పాముకు శాప విమోచనమౌతుందనగానే! పాము మనిషి ఆకారంలోకి మారి, అందరికీ కృతజ్ఞతలు చెప్పి మాయమైపోయాడు. ఆ దేవత తిరిగి రాజుతో చెప్పసాగింది. నాకు సంతోషమైన విషయమేమంటే మూషికము తన మిత్రుని కోసం తన్నుతాను సమర్పించుకో జూచింది. కప్ప కూడా, తాను మరణిస్తానని తెలిసి కూడా, తనవల్ల ఇతరులకు మేలు జరిగితే చాలనే మంచి బుద్ధితో, ప్రాణత్యాగానికి సిద్ధమైంది. దాని త్యాగనిరతి కూడా శ్లాఘనీయం. ఈ సంఘటన గుర్తుగా నీవు ఈ చెరువుకు కట్ట కట్టించు. దీనికి కొంత దూరంలో ఊరు నిర్మించు. దానికి మూషిక ఊరని, చెరువుకు కప్పల చెరువని పేర్లు పెట్టు. నా మహిమ వల్ల ఈ చెరువులో ఎప్పుడూ తరిగిపోని నీళ్ళుంటాయని చెప్పగా, రాజు సరేనన్నాడు.

ఆ దేవత ఆ రెంటిని మీకు మోక్షం కావాలా? లేక మీరు మీ శరీరాలతో ఉంటారా అని అడగగానే అవి రెండు మాకు మోక్షం ప్రాప్తింపజేయమన్నాయి. దేవత అట్లే చేసింది. ఆ రాజు మూషికానికి, కప్పకు గుడి కట్టించాడు. చెరువు దిగువన ఊరు నిర్మించాడు. ఆ ఊరికి మూషిక ఊరని, చెరువుకు కప్పల చెరువని పేరు పెట్టాడు. సంవత్సరాలు గడిచేకొద్దీ జనులు ఆ పేర్లను పిలుచుకోవడంలో ఆ ఊరు మూష్కూరైంది, చెరువు కప్పల చెరువుగా పిలవబడుతూ ఉందన్నాడు.

మధు అన్నాడు తాతా! ఈ పేర్లకు ఇంత కథ ఉందా! ఎలుక, కప్పలు రెండూ చాల త్యాగం చేసినాయన్నాడు. వారిరువురు కలసి దగ్గరలో ఉన్న మూషిక గుడిలోకి వెళ్ళి ఆ రెంటి త్యాగబుద్ధికి నమస్కరించారు.

# నోటి దురద

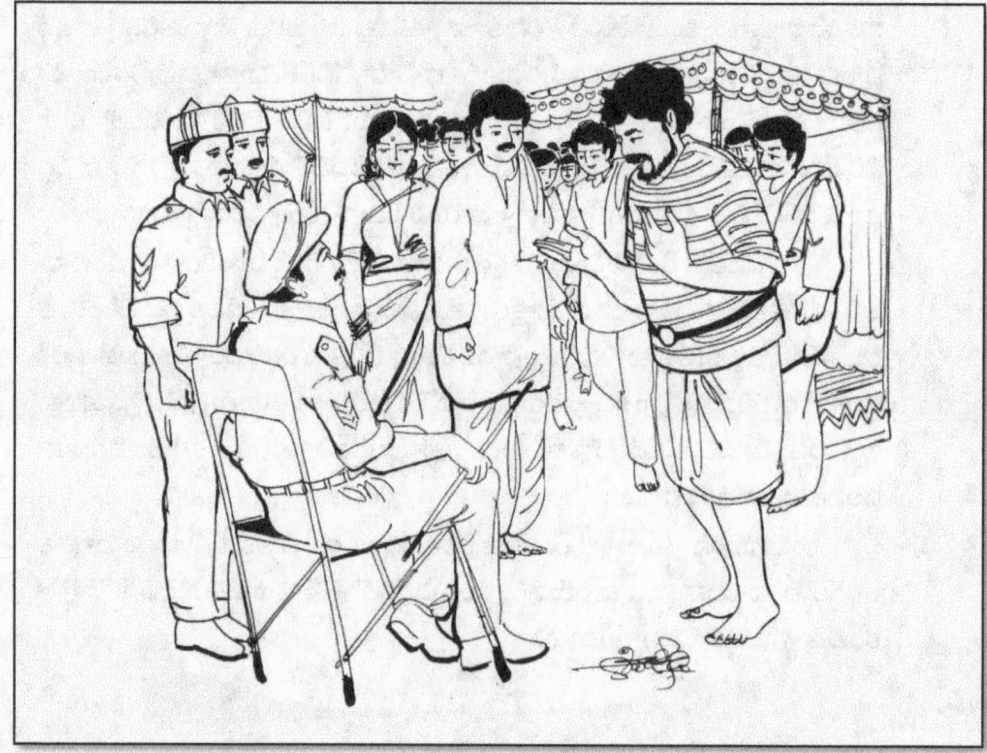

సీతారామ్ చాలా భయస్థుడు. గట్టిగా అతణ్ణి పేరు పెట్టి పిలిచినా భయపడుతాడు. అతని భార్య మానస, మాత్రం 'మాటకు మాట మాట్లాడే కచ్చిత మనస్తత్వం గలది'. మంచికి మంచి, చెడుకు చెడు. ఎదురు తిరిగిందంటే ఆమె నోటికి అడ్డూ ఆపు ఉండదు. భర్త విషయంలో మాత్రం అతనంటే ఆమెకు చాలా ప్రేమాభిమానాలు. ఎక్కువ అతణ్ణి పల్లెత్తు మాట మాట్లాడదు. అతనికి రక్షణ కవచమామె.

అతనికి పూర్వీకుల నుండి సంక్రమించిన, ఇంటిపై వచ్చే బాడుగతో "మానస" సంసారాన్ని ఓర్పు, నేర్పులతో నెట్టుకొస్తూ ఉంది. తమ కుటుంబ ఆదాయం పెంచుకోవడానికి, ఆమె ఇంటి ముందు చిన్న కిరాణా కొట్టు పెట్టి, ఆ అంగట్లో సీతారామ్ ను కూర్చోబెట్టింది. అతడు భార్య చెప్పిన ధరకే వస్తువులు అమ్ముతాడు. ఎవరైనా వస్తువులు తీసికొని తక్కువ రేటు ఇస్తే, భార్యను పిలుస్తాడు. ఆమె నోటికి భయపడి ఎవ్వరు మోసం చేయ సాహసించరు.

చాలా మంది వారి అంగడికే సరుకులకు రావడానికి కారణమేమంటే ఇతర అంగళ్ళ కంటే, వాళ్ళ అంగట్లో సరుకులు తక్కువ ధరకు దొరుకుతాయి. అందుకే చాలామంది ఆ అంగడికే వస్తుంటారు. ఎవరైనా సరుకు తీసికొని డబ్బులు తక్కువ ఇచ్చి, సీతారామ్ ను బెదిరించిపోతే, ఆమె అట్లాంటి వారి ఇంటి వద్దకు వెళ్లి నానా గలాటా చేస్తుంది. ఆమె నోటి దురుసే, ఆమెకు వ్యాపార లాభమైంది.

'మానస' అట్లాంటి అమాయకపు పిరికి భర్తతో కాపురం చేస్తూ, ధైర్యంగా ఇద్దరాడపిల్లలను బాగా చదివిస్తుంది. వారి భవిష్యత్తు బాగుండాలనే తపన పడుతూ ఆ వచ్చిన అరకొర ఆదాయాన్ని నెలనెల బ్యాంకులో పొదుపు చేస్తూ, ఆ డబ్బే భవిష్యత్తులో తమను కాపాడుతుందనే ముందు చూపుగలదామె. కాలం సాగిపోతోంది. పెద్ద కూతురుకు మంచి సంబంధం కుదిరింది. దానితో కూతురు చదువు చాలింపజేసి పెండ్లి ఖర్చులకు తాము బ్యాంకులో దాచిన డబ్బు తెచ్చి ఇంట్లో రహస్యంగా దాచింది.

ఒకనాడు అర్ధరాత్రి అందరు గాఢ నిద్రలో ఉన్నారు. ఇంటి బయట వీధి కుక్కలు మొరుగుతూ ఉన్నాయి. 'దొంగ దొంగ' పట్టుకోండంటూ, కొందరు దొంగ వెంటబడి, పరిగెత్తుతూ ఆ వీధికొచ్చారు. ఆ అరుపులకు భయపడి సీతారామ్ మేల్కొని భార్యను లేపాడు. అమె అతనితో అంది నేను మెలకువగానే ఉన్నాను. మాట్లాడకుండా నోరుమూసుకొని పడుకోండని మెల్లగా చెప్పింది. వారిది పాతకాలం ఇల్లు. మిద్దెపై గవాక్షం ఉంది.

ఆ దొంగ వెంటబడిన కుక్కల నుండి, మనుష్యుల నుండి తప్పించుకోవడానికి పరిగెత్తి వచ్చి సీతారామ్ ఇంటి పైకెక్కాడు. అక్కడ గవాక్షం కనబడింది. అతడు ఆ ఇంట్లో దూరడానికి గవాక్షం పైనున్న అడ్డంకులు తొలగించుకొని ఇంట్లోకి దుమికాడు. ఆ శబ్దానికి భార్యభర్తలిద్దరు లేచారు. భార్య వెంటనే, సీతారామ్ నోరు మూసి, మాట్లాడకుండా ఊరక ఉండమంది. దొంగ ఇంట్లో ప్రవేశించినాడని ఆమెకు అర్థమైంది. ఆమె తనలో అనుకుంది, “నేను బ్యాంకు నుండి డబ్బు తెచ్చినట్లు దొంగకు తెలిసిందేమో! అందుకే అతడు వచ్చినాడేమోనని.”

అర్ధరాత్రి కావడంతో బయట చాలా నిశ్శబ్దంగా ఉంది. ఆ చీకట్లో దొంగ తాము పడుకున్న గది వైపు వస్తున్నట్లు అడుగుల శబ్దం స్పష్టంగా వినబడుతూ ఉంది. సీతారామ్ గడగడ వణుకుచున్నాడు. అది చూచి ఆమె భర్తను నిద్ర లేపినట్లు నటిస్తూ, అతనితో అన్నది “వీధిలో కుక్కలు మొరుగుతున్నాయి. దొంగలు తిరుగుతున్నట్లున్నారు. ఇంట్లో డబ్బు, బంగారం ఎక్కడ దాచిపెట్టినావండి.”

సీతారామ్ అమాయకుడు. వెంటనే 'నాకేం తెలుసు. నువ్వే, ఎక్కడ పెట్టావో! ఏమో! అన్నాడు.' ఆమె సరేలేండి అదంతా గవాక్షం క్రింద నేలమాలిగలో దాచినాను.

మనకేం భయంలేదు పడుకో, అని గద్దింపుగా చెప్పి, తాను సీతారాం నోరు తెరవకుండా గట్టిగా అదిమిపెట్టి పడుకోబెట్టింది.

దొంగ అనుకున్నాడు, "ఈ మహాతల్లి డబ్బు, బంగారం అందులో దాచుకొందా!" ఈరోజు నా అదృష్టం పండిందని సంతోషంతో 'వీళ్ళు ఎంత అమాయకులు' దొంగకు తమ రహస్య ఖజానా తాళం చెవి కష్టం లేకుండా ఇచ్చినారని చాల సంతోషించినాడు. నెమ్మదిగా ఆ గదిని పరిశీలించాడు. గవాక్షం వెలుతురులో నేలమాలిగను గుర్తు బట్టి, శబ్దంగాకుండా దానిపై మూత తీసి, జాగ్రత్తగా అందులోకి దుమికాడు.

ఆ శబ్దాన్ని పసిగట్టింది మానస. ఆమె మెరుపు వేగంతో వచ్చి నేలమాలిగపై మూతబెట్టి, దానిపై బరువైన వస్తువులెన్నో పెట్టింది. దొంగ గట్టిగా అరిచాడు. సీతారామ్ కి ఇదంతా చూస్తూ పై ప్రాణం పైనే పోతూంది. అతడు భయపడుతూ ఆమెనడిగాడు "వాణ్ణేం చేస్తావు" ? చంపుతావా? ఒకవేళ వాణ్ణి చంపితే, మనింట్లోనే దయ్యమై తిరుగుతాడేమో! అన్నాడు. ఆమె కోపంతో దయ్యాలను ఎవరూ చూడలేదు. అసలు దయ్యాలే లేవు. మన పెద్దలు పిల్లలు అల్లరి చేయకుండా మనలను చిన్నప్పటి నుండి దయ్యాలు ఉండాయనే భ్రమ కల్పించినారు. భయపడకుండా నోరు మూసుకొమ్మని మెల్లగా అంది.

దొంగ ఇంట్లోనే ఉన్నాడనే భయముతో సీతారామ్ గజగజ వణుకుచూ భార్యతో అన్నాడు. వాడు చస్తే, వాని శవాన్ని ఎక్కడ వేయాల? ఈ విషయం పోలీసులకు తెలిస్తే మనల్నిద్దర్ని జైలులో పెడతారు. ఒకవేళ వాడు బయటికి వస్తే మనపై కసిబెట్టుకొని, మనలను ఏం చేస్తాడో ఏమో! వాడు దుర్మార్గుడు మన పిల్లల నెత్తుకపోతాడేమో? మన అంగడికి రాత్రిపూట వచ్చి నిప్పుబెడతాడేమో? వాణ్ణి వదలిపెడదాం. వాని ఖర్మ, వాడు ఏమైపోతే మనకెందుకు ?. మన సొమ్మేమీ వాడు ఎత్తుకపోలేదు గదా! మనం వానితో చెపుదాం, 'అయ్యా! మేము నిన్ను దయతో వదలినాము. ఇంక ఎప్పుడూ మా ఇంటి పరిసరాలకు రావద్దంటే వాడు ఇకముందెప్పుడూ రాడు." "దొంగల్లో మంచివాళ్ళు కూడా ఉంటారన్నాడు."

సీతారాం పెట్టే నస భరించలేక ఆమెకు విసుగెత్తింది. అప్పటికి తెల్లవారుఝాము కావస్తుంది. దొంగను ఏం చేయాలో ఆమెకు దిక్కు తోచలేదు. పోలీసులకు చెబితే వారు అందులో అనేక ఇబ్బందులున్నాయని ఆలోచించింది. 'వాణ్ణి ఎవరు చూడకుండా వదలడమే మంచిది. లేకుంటే సీతారామే! లేని పోని ఇబ్బందులు తెస్తాడని తలంచింది. వీధిలో ఎవరు నిద్ర లేవకుండగనే నేలమాలిగ గవాక్షంపై తానుంచిన వన్నీ తీసేసింది. సీతారామ్ వానికి తాడు అందించి పైకెక్కమన్నాడు. దొంగ బయటికి వస్తూనే సీతారామ్ వానికి పెండ్లి పత్రిక ఇచ్చి, చేతులు జోడించి నమస్కరించి, తమను క్షమించమని చెప్పి,

అతణ్ణి, “మా కూతురు పెండ్లికి రమ్మన్నాడు.” 'భయం ఎంతపనైనా చేయిస్తుంది.' మానస కోపంతో, సీతారాంను తిట్టిపోసింది. ఇదే సమయమని దొంగ బయటకు పరిగెత్తిపోయాడు.

వారం రోజులు గడిచాయి. ఎంత పిరికివాడైనా సీతారాంకు నోటి దురుసు ఎక్కువ. తన భయాన్ని, పిరికితనాన్ని కప్పిపుచ్చుకోవడానికి, ఏవేవో గొప్పలు చెప్తూచుంటాడు. ఒకనాడు తాను దొంగను మా ఇంట్లో దాచినానని, 'వాడు క్షమించమని వేడుకోగా, తాను దయదలచి వదలివేశానని, తన ధైర్యసాహసాలను చిలువలు పలువలుగా వర్ణించి చెప్పాడు. “ఆ మాటలు చేరవలసిన చోటుకు చేరాయి. సొమ్ము పోగొట్టుకున్నవారు ఊరకుంటారా? వారు వివరాలు ఆరా తీయసాగారు.”

దొంగ మాత్రం, సీతారాం ఇంటికి వచ్చిన రోజును గమనిస్తే, తాను ఆభరణాలు దొంగిలించుకొనివచ్చి ప్రాణభయంతో సీతారామ్ ఇంట్లో నేలమాలిగలో దాక్కున్నాడు. అతడు బయటికి వెళ్ళిపోయే తొందరలో తన్నుతాను కాపాడుకోవడమే ముఖ్యమనుకొని, తాను దొంగిలించి తెచ్చిన ఆభరణాలన్నీ నేలమాళిగలోనే మరచిపోయి బయటికి పరిగెత్తాడు. కొంత దూరం పోయిన తర్వాత గుర్తు చేసుకొని తిరిగి వచ్చాడు. అప్పటికే గవాక్షం మూసిఉంది. తాను ఇంట్లో ప్రవేశింపడానికి వీలు కాలేదు. ఆ రోజు నుండి, దొంగ సీతారాం ఇంట్లో నుండి మరచిన ఆభరణాలు తెచ్చుకోవడానికై వారి ఇంట్లో చొరబడడానికి సమయం కోసం ప్రయత్నిస్తూనే ఉన్నాడు. కానీ అతనికి వీలు కాలేదు. సీతారాం భార్య జాగ్రత్త గలది. ఇంటికి ఎక్కడ రక్షణ లేదో అక్కడ రక్షణ కల్పించింది.

పెండ్లి రోజు రానే వచ్చింది. ‘దొంగ' కళ్యాణ మంటపం చేరి తనకు అవకాశం ఎప్పుడు వస్తుందా అని సమయం కోసం కాచుకొనిఉన్నాడు. 'మానస' మాత్రం ఇంటికి తాళాలు భద్రంగా వేసి వచ్చింది. ఇంటి నుండి పెండ్లి మంటపానికి అందరు వచ్చారని తెలుసుకున్నాడు దొంగ. తాను చేయవలసిన పనిని ముగించుకు రావడానికి సీతారాం ఇంటికి పోవడానికి సిద్ధమైనాడు.

అంతలో, ఆనాడు ఆభరణాలు పోగొట్టుకున్నవారు పెండ్లి మండపానికి పోలీసులతో వచ్చినారు. పోలీసులు సీతారాంను పిలిచి, మీరు వారం క్రితం దొంగను దాచినారంట నిజమా! అన్నారు. సీతారాం పోలీసులను చూస్తూనే! దొంగ, పోలీసులకు దొరికిపోయి మా విషయమంతా చెప్పినాడేమోనని! అతిగా ఊహించి అబద్ధం చెబితే అంతా తెలిసిపోతుందేమోనని, తాము దొంగను దాచిన విషయాలన్నీ వివరంగా చెప్పి. నేరం మోసుకున్నాడు. దొంగ అక్కడే చాటుమాటున ఉండి అంతా గమనిస్తున్నాడు. అయినా అతడు నిమ్మకు నీరెత్తినట్లు మండపంలో ఒక మూల కూర్చుని ఉన్నాడు.

పోలీసులు సీతారాంను ఇంటికి తీసికొని నేలమాలిగలో వెతకగా, అక్కడ ఆభరణాలు బయటపడినాయి. నేరం ఋజువైంది. పెండ్లి మండపంలో ఏడ్పులు,

ఆహాకారాలు మొదలయ్యాయి. పెండ్లి కుమారుని వైపువారు దొంగలతో సంబంధాలున్న నీచమైన వారితో సంబంధాలు వద్దన్నారు. తాము ఆ పెండ్లిని తెగదెంపులు చేసుకుంటామన్నారు. పెండ్లికూతురు గట్టిగా ఏడ్చింది. 'మానస' అవమానంతో నేలబడింది. కొందరు పెద్దలు ఆ విషయాలన్నీ తర్వాత వివరంగా తేల్చుకుందాము. పెండ్లి కానిమ్మని రాయబారాలు చేశారు. పెండ్లి కుమారుని బంధువులు వీలు కాదన్నారు. పెండ్లి కుమారుని తల్లిదండ్రులన్నారు, పెండ్లి మంటపంలో పెళ్ళికుమార్తె తండ్రి అరెస్టయితే,మేమెట్లా, మా కుమారునికి పెండ్లి చేయాలి. ఇంతకంటే అవమాన మేముందని, పెండ్లి కుమారున్ని పెండ్లి పీటల నుండి లేపి బయటికి తీసుకొని వచ్చారు.

తన ప్రమేయం లేకుండా ఏదో జరిగిపోతోందని తలచాడు దొంగ. అతను కళ్యాణ మంటపం వద్ద నిలిచి గట్టిగా అన్నాడు. అయ్యా! "నేనే దొంగను." అనాడు "ఆభరణాలు దొంగిలించి 'సీతారాం' నేలమాలిగలో దాచినవాణ్ణి నేనే" ఈ విషయంలో సీతారాంకు ఎలాంటి సంబంధం లేదని చెప్పి, చేతులెత్తి అందరికి నమస్కరించి నా మూలంగా పెండ్లి నిలుపుదల చేసుకోవద్దన్నాడు.

అంతా నిశ్శబ్దమైంది. సీతారాం నేరస్థుడు కాదని ఋజువైంది. దొంగ అందరితో అన్నాడు "సీతారాం భార్య నన్ను నేలమాలిగలో బంధించింది. సీతారాం తన పిరికితనం, అమాయకత్వంతో ఆమెకు ఏవేవో భయాలు చెప్పి నన్ను విడిపించాడు. అతడు ఎంత మంచివాడంటే నేను దొంగనని తెలిసి కూడా నాకు పెండ్లి పత్రిక ఇచ్చి, పెండ్లికి రమ్మన్నాడన్నాడు.

ఇలా ఇంత రాద్ధాంతం జరగడానికి సీతారామే కారణం. "నేను వాళ్ళ ఇంట్లో మరచిన ఆభరణాలు తిరిగి తెచ్చుకోవడానికి రహస్యంగా తిరుగుతుంటే!, నాకు "తెలిసిందేమంటే" సీతారామే స్వయంగా నన్ను బంధించి, దయదలచి వదలినాడని, తనకు తానే ప్రచారం చేసుకున్నాడు. అతడు తన పిరికితనాన్ని కప్పిపుచ్చుకోవడానికి లేని గొప్పతనంతో ధైర్యంగల వాడినని నిరూపించుకోవడానికి తనకు తానే, నోటి దురదతో కష్టాలు తెచ్చుకున్నాడు. నాకోసం మంచివారు కష్టపడడం నాకు చాలా బాధగా ఉంది. నేను జైలుకు వెళ్ళినా తిరిగి వస్తాను'. కాని ఆ అమ్మాయి జీవితం నాశనమౌతుంది. అందుకే నాకు నేను, ఈ నేరం మోసుకొని లొంగిపోతున్నానన్నాడు."

అట్లాంటి పరిస్థితుల్లో కూడా సీతారామ్ దొంగ దగ్గరకు వెళ్ళి నమస్కరించి పెండ్లి జరిగినాక భోంచేసి పొమ్మన్నాడు. అక్కడివారంతా సీతారాం అమాయకత్వాన్ని చూసి నవ్వుకున్నారు.

లేని గొప్పలు చెప్పుకుంటే ముప్పులు తప్పవు.

# ఔదార్యం

ఒకానొ రాజ్యంలో జలంధర్ వన్య ప్రాణులను రక్షించే అధికారి. ఒకసారి అడవికి నిప్పంటుకొని వందల కొద్ది వన్యప్రాణులు చనిపోయినాయి. దానికి జలంధరే బాధ్యుడని అతనికి దేశ బహిష్కరణ శిక్ష విధించాడు రాజు.

చేయని తప్పుకు జలంధర్ బాధపడి రాజు నడిగాడు. మహారాజా అడవిలో ఎన్నో ప్రాణులు చనిపోయినాయి. దానికి నేను చాలా బాధపడుచున్నాను. కాని నేనే కారణమని, నన్ను దేశ బహిష్కరణ శిక్ష వేయడం సమంజసమైన పని కాదు. నాతోపాటు ఎంతోమంది అడవిని రక్షించే వారుండగా నన్నొక్కన్నే బాధ్యునిగా చేయడం, నాకు చాలా బాధగా ఉంది. తాము దయతో మరొక్కసారి నా అభ్యర్థనను పరిశీలించమని ప్రార్థించాడు.

రాజుకు చాలా కోపమొచ్చింది. నన్ను ప్రశ్నించేవాడవా నీవు? అని కోపగించుకొని సైనికులను పిలిపించి నా శాసనాన్ని ధిక్కరిస్తున్నందుకు ఇతన్ని మహాసముద్రం మధ్యలో ఇప్పుడే వదలిరమ్మన్నాడు. ఆయన మాటే శాసనమైంది.

వారు జలంధరు ను మహాసముద్రం మధ్యకు తీసుకొనిపోయి, చిన్న పడవనిచ్చి అందులో, ఒక నెల రోజులకు సరిపడా ఆహారమిచ్చి అతణ్ణి అక్కడే వదలి వెళ్ళిపోయారు.

ఆ మహాసముద్రము పర్వతాల వంటి అలలతో చాల భయంకరంగా ఉంది. దానికితోడు ఈదురు గాలులు వీస్తున్నాయి. అందులో తాను ఒంటరి. దిక్కుమొక్కులేక ఏమి చేయాలో దిక్కుదోచక, కదలక మెదలక అట్లే అందులో కూర్చుండిపోయాడు.

చిన్న పడవ తనకు ఇష్టమొచ్చినట్లు పోతూఉంది. సూర్యుడు ఉదయిస్తున్నాడు. అస్తమిస్తున్నాడు. ఇలా ఎన్నోరోజులు గడిచిపోయాయి. పెద్ద పెద్ద తిమింగలాలు అతనికి చాలా దగ్గరగా పోతున్నాయి.ఎందుకో అవి అతనివైపు కన్నెత్తి కూడా చూడకుండా పోతున్నాయి. అతనికి భూమిపై నూకలు, ఉన్నాయి కాబోలు.

జలందరు ఏం చేయాలో దిక్కుతోచక అట్లే ఉండిపోయాడు. నిద్ర ఎప్పుడో? మెలకువ ఎప్పుడో తెలియకుండా, ఏమైతే అది కానిమ్మని మొండి ధైర్యంతో ఉన్నాడు. సుఖం మరచాడు, దుఃఖం మరచాడు. మెలకువ వచ్చినప్పుడు పడవలోని పండ్లు, కాయలు తింటున్నాడు. తినేటప్పుడు నోట్లోకి వచ్చిన విత్తనాలను అట్లే ఉంచుకుంటున్నాడు. కారణమేమంటే అతడు ఓ అటవీ అధికారి. ఆ విత్తనాలు ఎక్కడో ఒకచోట నాటినచో మొక్కలు మొలుస్తాయనే ఆలోచన అతనిది. మనిషి ఆశాజీవి. ఆ ఆశే జీవులను నడిపిస్తుంది. ఆశ లేని మనిషి నడిచే శవంలాంటి వాడు.

చాలా దినాలు సముద్రంలో ఉన్నందున, అలవాటు లేని వాతావరణం కావడం వల్ల అక్కడి శీతల వాయువులకు అతడు జ్వరపీడితుడై, అపస్మారక స్థితిలో పడవలో చాలా రోజులు పడి ఉన్నాడు. కొన్నాళ్ళకు కళ్ళు తెరచి చూస్తే ఆశ్చర్యంగా తాను సముద్రపు ఒడ్డున ఉన్నాడు. తల పైకెత్తి చూచాడు. అక్కడ పెద్ద కొండవలె ఎత్తైన ప్రదేశం కనబడింది. అతనికి ప్రాణం లేచివచ్చినట్లైంది. దానిపై ఎన్నో పెద్ద పెద్ద వృక్షాలున్నాయి. తన చిన్న పడవ అలల తాకిడికి తండ్లాడుతూ అటు ఇటు ఊగిసలాడుతూ కనబడింది. దాన్ని ఒడ్డుకు చేర్చి భద్రపరిచి, పడవలోని వస్తువులన్నీ తీసికొని, ఆ కొత్త భూభాగము చూడడానికి పైకి ఎక్కిపోయాడు. తాను ఒక పెద్ద దీవిని చేరినట్లు గుర్తించి చాలా సంతోషించాడు. అతడు బాగా అలసి ఉన్నందున అక్కడే ఒక విశాలమైన బండరాతి పై మేను వాల్చాడు. నిద్రముంచుకొచ్చింది. కొంతసేపటికి తెప్పరిల్లి చూస్తే అప్పటికే మధ్యాహ్నమైంది. వెంట తెచ్చుకున్న ఆహారం తిని, పరిసరాలను గమనిస్తే చెట్లపై చాలా పక్షులు అరుస్తున్నాయేగాని ఒక్క జంతువు కూడా కనిపించలేదు.

సాయంకాలం కావస్తుంది. అది కొత్త ప్రాంతమైనందున భయం భయంగా ఉన్నాడు. రాత్రైంది. అది వెన్నెల రాత్రి. వెంటతెచ్చుకున్నవి కొన్నితిని అక్కడే ఆ బండపై పడుకున్నాడు. అర్ధరాత్రికి మెలకువ వచ్చింది. కొంత దూరంలో ఒక ప్రదేశం మెరుస్తూ

ఉంది. ఆ ప్రదేశం వెన్నెల కుప్ప బోసినట్లుంది. అక్కడికి వెళ్లితే అక్కడ ఏమీ లేదు. కాలితో తొక్కి చూచాడు. అది ఒక రకమైన ఇసుకగా గుర్తించాడు.

ఉదయం లేచి చూస్తే దీవి చాలా పెద్దది. దగ్గరలో సహజసిద్ధమైన ఒక చెరువు కనబడింది. అక్కడి నుంచి వెళ్ళి రాత్రి మెరుస్తున్న ప్రాంతానికి వెళ్ళి చూచాడు. అది మామూలు ఇసుకే.

ఆ ఇసుకే, రాత్రిపూట చంద్రుని వెన్నెల్లో మెరుస్తుందనుకున్నాడు. ఒక ఆలోచన తళుక్కున వచ్చింది. ఈ ఇసుక నన్ను ఉన్నత శిఖరాలెక్కించగలదనుకున్నాడు.

తానెక్కడున్నాడో తెలియదు. మానవులు నివాసముంటున్న, భూభాగాలు ఎంతదూరమో తెలియదు. భయాన్ని నిరాశను దగ్గరకు రానీయక, దీవి అంతటా తిరిగాడు. తన దగ్గరున్న పండ్ల విత్తనాలు చెరువు గట్టున నాటాడు. సైనికులు ఇచ్చిన చిన్న చిన్న మూటలు విప్పాడు. కొన్ని పప్పు ధాన్యాలతో పాటు చిరుధాన్యాలున్నాయి. వాటిని కూడా తేమ నేలపై చల్లాడు. అవి వారం రోజుల్లో మొలకెత్తాయి. కొన్నాళ్ళకు అవి బాగా పెరిగాయి. అక్కడ పండిన గింజలను, కాయలను, ఆకులను తినడం అభ్యాసం చేశాడు. ఇలా రెండు సంవత్సరాలు గడిచిపోయాయి. ఆ మధ్య కాలంలో అక్కడక్కడ ఎండిపోయిన చెట్ల దుంగలను పదునైన రాళ్ళతో కొట్టి వాటికి అడవి తీగలను చుట్టాడు. ఇంకా చెట్ల బెరడులను, తీగలను తాడుగా పేన్చి ఒక పెద్ద బల్లకట్టు తయారు చేశాడు. తాను అంతకు ముందున్న చిన్న పడవలో దీవి అంతటా తిరిగి దీవిని గమనించాడు.

తన నివాస దీవి నుండి సముద్రంలో కొంతదూరం ప్రయాణం చేయడం ఆకాశంలోని నక్షత్రాలను గమనిస్తూ తిరిగి రావడం అభ్యసించాడు. ఏదైతే అది అవుతుందని మొండి ధైర్యంతో ఒకనాడు పడవకు బల్లకట్టు కట్టి అందులో ఇసుక నింపుకొని ఒక వెన్నెల రాత్రి మహాసముద్రంలో పయనించ సాగించాడు. ఒక ప్రదేశంలో నిలిచి పగలంతా వేచిఉన్నాడు. విచిత్రంగా ఒక సాయంత్రం పెద్ద ఓడ కనబడింది. దూరం నుండి సైగలతో దాన్ని ఆపి తన వద్దనున్న ఇసుక గొప్పతనాన్ని గూర్చి వివరిస్తూ నావలోని వారందరికి చెప్పాడు. మాటల్తో పొద్దుగడిపాడు. వెన్నెలొచ్చింది.

తన వ్యాపారానికి ఈ వెన్నెల రాత్రే తనకు అనుకూలమనుకొని తాను తెచ్చిన తన దీవి ఇసుకను చూపించాడు. అదృష్టం బాగుంటే పట్టిందల్లా బంగారమౌతుంది. ఇసుక మెరుస్తూంది. ఓడలోని వారు నమ్మారు. రాత్రి గడచింది. ఉదయమే వారు ఇసుకను పరీక్షించి పెద్ద మొత్తమిచ్చి కొన్నారు.

ఆ డబ్బుతో అతడు వారి దగ్గర తనకు కావలసిన ఆహార పదార్థాలు, ఆయుధాలు కొన్నాడు. ఈ ఇసుకను, ఇక ముందు ముందు ఇక్కడికే తెస్తానని వారితో వ్యాపార ఒప్పందం చేసుకున్నాడు. తన ఇసుక గొప్పదనం క్రమంగా దూర దేశాలకు తెలిసింది. అది

వెన్నెల రాత్రుల్లో మెరుస్తుందని, దాన్ని సున్నంలో బాగా కలిపి గోడలకు ప్లాస్టరింగ్ చేస్తే గోడలపై చంద్రుని వెన్నెల మిరుమిట్లు గొలుపుతుందని బాగా ప్రచారమైంది. దాని గిరాకి బాగా పెరిగింది.

అతడు దీవికి మనుష్యులను రప్పించుకొని కోట కట్టించాడు. ఇసుక, కలప వ్యాపారం బాగా పుంజుకుంది. దీవిలో భవనాలు వెలిశాయి. అనేక సాధు జంతువులను తెప్పించి వాటిని దీవిలో వదిలాడు. అవి ఆ దీవిలో స్వేచ్ఛగా విహరింపసాగాయి.

క్రమంగా దీవిలో అధునాతనమైన ఆయుధాలు నింపాడు. వాటిని ఉపయోగించి కోటను రక్షించే సైనికులను రప్పించాడు. ఆ సైనికుల రక్షణతో ఆ దీవి శత్రుదుర్భేధ్యమైంది. దీవిని సర్వ సమృద్ధిగావించిన తర్వాత, జలంధర్ లో పాతజ్ఞాపకాలు మేల్కొన్నాయి. భార్యాపిల్లలు జ్ఞాపకమొచ్చారు. విచారణ లేకుండా తన్ను శిక్షించిన రాజుకు బుద్ధి చెప్పాలనుకున్నాడు.

ఒకనాడు "ఒకాసా" రాజ్యానికి మెరిసే ఇసుక పంపించాడు. ఆ రాజు అంతకు ముందే కొందరి వల్ల ఆ ఇసుకను గూర్చి విని ఉన్నందున, రాజు తన భవనానికి ప్లాస్టరింగ్ చేయించాడు. భవనం మెరుస్తుంది. రాజు సంతోషించాడు. జలంధర్ పంపిన అనుచరుడు 'ఒకాసా' రాజును తమ రాజ్యానికి రమ్మని ఆహ్వానించాడు.

"ఒకాసా" రాజు అతని కోరిక మన్నించి ఆ దీవిని చేరుకున్నాడు. జలంధర్ రాజుకు అన్ని సౌకర్యాలు కల్పించాడు. ఒకనాడు జలంధర్ తన గత జీవితాన్ని, తనకు శిక్షపడిన విషయాన్ని రాజుకు చెప్పి, ఇప్పుడు నాకు రాజుగారు వేసిన శిక్ష నాపాలిట అదృష్టమైందని, నేను ఇంత పెద్ద దీవికి రాజు నయ్యానన్నాడు. 'ఒకాసా' రాజు అనుకున్నాడు. ఆ శిక్ష వేసిన రాజును నేనే. చాలా. సంవత్సరాలైయినందున ఇతడు నన్ను గుర్తించలేదు. ఏదేమైనా గాని ఇతన్ని తిరిగి శిక్షించి నా శిక్షను అనుభవించేటట్లు చేయాల్సిందే తన మొండి పట్టుదల వదలలేదు. ఇతన్ని ఏదో విధంగా నా రాజ్యానికి ఆహ్వానించి, అక్కడే తిరిగి ఇతన్ని విచారించి శిక్ష వేసి, అక్కడే ఇతన్ని బంధించి ఈ దీవిని ఆక్రమించాలనే ఎత్తుగడ వేశాడు.

ఒకనాడు జలంధర్ తన్ను గూర్చి రాజుకు చెప్పసాగాడు. అనుకోని సంఘటనతో, అక్కడ ఆ అడవి జంతువులు మరణించాయే గాని తాను కారణం కాదని, జంతువుల పై ప్రేమ లేకుంటే ఈ దీవిలో ఇన్ని జంతువులెట్లా ఉంటాయన్నాడు. అతడు తన్ను గూర్చి ఎంత సత్యం చెప్పినా, మొండివాడైన రాజు అతని మాటలు నమ్మలేదు. రాజు తన గొంతులోని విషపు ఆలోచనలతో జలంధరు తమ రాజ్యానికి ఆహ్వానించాడు. తానొకటి తలిస్తే దైవమొకటి తలుస్తుందని తెలియదతనికి.

జలంధర్ కొన్నాళ్ళకు 'ఒకాసా' రాజు ఆహ్వానం మేరకు స్వదేశం చేరి, రహస్యంగా తన భార్యాపిల్లలనుకలుసుకోవాలనుకున్నాడు. మాటల సందర్భంలో జలంధర్ ఒకాసా రాజును గమనించాడు. ఈ రాజుకు నాపై కోపం తగ్గలేదు. అక్కడకు వెళ్ళినపుడు నన్ను బంధిస్తాడేమోనని తాను ముందుగానే ఊహించి తనకు అవసరం వస్తే శక్తివంతమైన సైన్యాన్ని 'ఒకాసా' కోటను చుట్టు ముట్టేట్లు ముందుగానే ఏర్పాటు చేశాడు. జలంధర్ పరివారం 'ఒకాసా' రాజ్యం చేరింది.

జలంధర్, రాజుతో అన్నాడు. మీ రాజ్యంలో నా పరివారం కోట బయటే విడిది చేస్తారని, వారు మీ నగరంలో వివిధ వస్తువులు కొంటారని అనుమతించమని కోరాడు. రాజు అంగీకరించాడు. ఇదే సమయంలో జలంధర్ భార్యా పిల్లలను కలసి వారిని ప్రయాణానికి సిద్ధం చేయించి రహస్యంగా, రాత్రికి రాత్రే, వారిని రాజ్యం దాటించే ఏర్పాటు చేయించాడు. నెల రోజులు పరిగెత్తాయి. ఒకనాడు రాజుగారు జలంధర్ ను సన్మానించడానికి పిలిపించాడు. రాజ్యం సన్మానం పూర్తి అయింది. కొందరు జలంధర్ ను గుర్తించి కేకలు వేశారు.

అదే అదనుగా రాజు సభలో జలంధర్ ను బంధించమన్నాడు. జలంధర్ కనుసన్నలతో అతని సైనికులు, ఒకాసా రాజును చుట్టుముట్టి బంధీని చేశారు. జలంధర్ సైనికులకు అధునాతన ఆయుధ సంపత్తి ఎక్కువ. వారి ఆయుధాలు అగ్నివర్షం కురిపించాయి. వారు సులభంగా రాజును బంధించి, క్షణాల్లో అతణ్ణి సముద్రం వైపు తరలించారు. ఏం జరుగుతుందో తెలిసేలోపు అంతా జరిగిపోయింది. "ఒకాసా" రాజ్య కోటగోడలు నేలమట్టమైనాయి. రాజు యుద్ధసామగ్రి అగ్నికి ఆహుతైంది. జలంధర్ కుటుంబం అప్పటికే సముద్రపు ఒడ్డుకు చేరిపోయింది. అతఃపుర జనులకు అపాయం కలిగించ రాదని తన సైనికులకు ముందే చెప్పాడు.

జలంధర్ తన కుటుంబంతో బయలుదేరి సముద్రపు ఒడ్డు చేరగనే, అతని కూతురన్నది. నాన్నా!! రాజును వదిలేయమంది. జలంధర్ ఆమె మంచితనానికి సంతోషపడి ఒకాసా రాజును బంధ విముక్తుణ్ణి చేయించాడు. అతడు జలంధర్ ఔదార్యానికి తలవంచి, తన తప్పును క్షమించమని చెప్పి ఒంటరిగా బయలుదేరాడు.

అతడు పోగానే జలంధర్ కూతురన్నది నాన్నా! నీవు అతణ్ణి క్షమించావు. నేను అతనికి శిక్ష వేసాను తెలుసా అంది. అదెట్లా అని జలంధర్ అడగగానే! ఆమె చెప్పసాగింది. "ఒకాసా రాజ్యానికి, ఈ సముద్ర తీరానికి కొన్ని వందల మైళ్ళుటుంది. రాజు ఒంటరి. అతని దగ్గర ఏవిధమైన ధనం లేదు. అతని ప్రయాణం అటవీ ప్రాంతాలు దాటాలి. తాను నడుచుకుంటూ తన రాజ్యం చేరాలంటే అంత సులభమైనపని కాదు. దారిలోనైనా మరణించవచ్చు లేదా కష్టపడితే తన రాజ్యం చేరడానికి చాల సంవత్సరాలు పడుతుంది.

అది శిక్ష కాదా అంది. ఆమె చేసిన ప్రతీకారానికి జలంధర్ సంతోషించాలో, మెచ్చుకోవాలో తెలియక ఆమె ప్రతీకార కాంక్షకు కూతుర్ని మందలించి, ఎప్పుడు ఇతరులు మంచే కోరాలి. అదే ధర్మం. అలా ఉంటేనే ఆ ధర్మం మనలను రక్షిస్తుందని చెప్పగానే ఆమె తన తప్పు తెలుసుకుంది.

అప్పటికప్పుడే జలంధర్ సైనికులను పంపి, ఆ రాజును పిలిపించి అతనితో అన్నాడు. రాజా, నన్ను నీవు నీ రాజ్యానికి పిలిపించి, నన్ను బంధించాలనే దుష్టసంకల్పంతో ఉన్నావని, నేనుముందుగానే ఊహించాను. ఈ దీవిలో నేను ఒంటరిగా గడిపిన భయంకర జీవితాన్ని గుర్చి నీకు తెలియదు. చేయని నేరానికి శిక్ష అనుభవించాను. అయినా నీవు తిరిగి నాకు శిక్ష వేయాలనే అనుకున్నావు. అంతేగాక, నన్ను చంపించి నా దీవిని ఆక్రమించాలని కూడా కుట్రపన్నావు. ఇంత వయసు వచ్చినా నీలో ప్రతీకార వాంఛ తగ్గలేదు. నీవు నీచుడవు. అయినా క్షమాభిక్ష పెడుతున్నాను. నిన్ను నీ రాజ్య పొలిమేర వరకు మా సైనికులు వదలి వస్తారు. నీ ముఖం చూచినా పాపమే, వెళ్ళిపొమ్మన్నాడు.

రాజు క్షమించమని చేతులెత్తాడు. భటులు అతణ్ణి బయటికి తీసుకొనిపోయారు. తిరిగి కూతురుతో అన్నాడు. దుర్మార్గున్ని క్షమించడంలో ఆనందముంది. క్షమను మించిన త్యాగం గాని ధర్మం లేదని చెప్పగానే, ఆమె తన తండ్రి గారి ఉన్నత ఔదార్యానికి చాలా సంతోషించింది. నేను అతనిపై దుష్ట ఆలోచన చేసినందుకు మన్నింపమంది. తండ్రి చాలా సంతోషించాడు.

# నవరత్న నందుడు

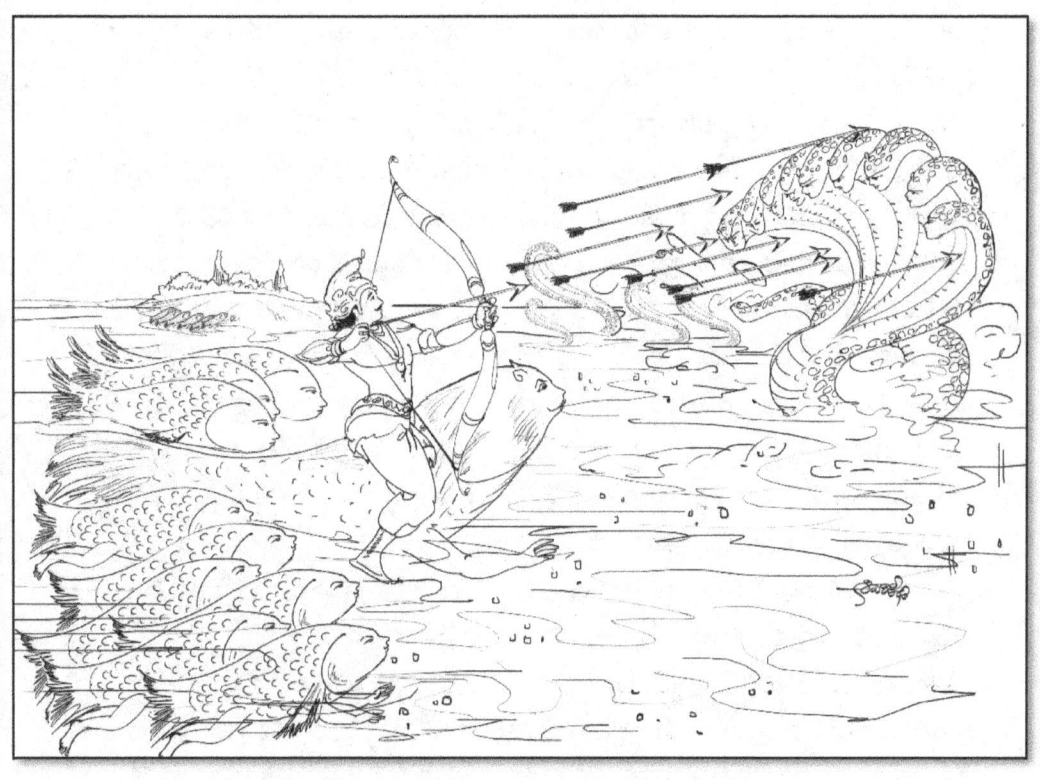

ఒక రాజు గారి కోట ప్రక్క పెద్ద సరస్సుఉంది. ఆ సరస్సు మధ్య ఒక చిన్న దీవి ఉంది. ఆ దీవికి రాకుమారుడు "నందుడు" ప్రతిరోజు వెళ్ళి విద్యాభ్యాసం చేసి వస్తూఉంటాడు.

ఒకనాడు నందుడు సరస్సులోని దీవి ఒడ్డున, ఒక చెట్టు క్రింద పెద్ద రాతిపై నిలబడి చెట్టుకు వ్రేలాడే మామిడిపండ్లను బాణాలతో గురిచూచి కొడుతున్నాడు. ఒక్కో బాణానికి ఒక్కొక్క పండు నేలబడుతూంది. రాకుమారుడు చాలా సంతోషిస్తూ తన విలు విద్య నైపుణ్యాన్ని తనకు తానే మెచ్చుకొని ఆనందపడుతున్నాడు.

అంతలో సరస్సు నుండి ఒక తాబేలు గట్టుకు వచ్చి రాకుమారుణ్ణి చూచి నందూ" నీవు మంచి విలువిద్యా కోవిదుడవే కాని నీ బాణాలు మామిడి పండ్లకు మాత్రమే వేయి సుమా! గురితప్పేవు జాగ్రత్త! అత్యుత్సాహంతో పొరపాటున గురితప్పి నీళ్ళలోకి వేస్తే మావంటి అల్పప్రాణులు తారుమని చస్తారంది. రాకుమారుడన్నాడు మిత్రమా! నీవు నీళ్ళలో

ఉన్నావని నాకు తెలియదా! అంటుండగానే అక్కడే నీళ్ళనుండి ఏడు రంగురంగుల చేపలు పైకెగురుతూ 'తాబేలా' నీళ్ళలో నీవొక్కడే కాదు మేమూ ఉన్నామని, నీ ముద్దుల స్నేహితునికి చెప్పమన్నాయి.

రాకుమారుడు ఆశ్చర్యంతో వారిని చూచి, ఎవరు మీరు, మిమ్మల్నెప్పుడు నేనిక్కడ చూడలేదే అన్నాడు. ? అప్పుడు తాబేలు వారిని పరిచయం చేస్తూ వీరు ఈ మధ్యే మహాసముద్రం నుండి ఇక్కడికి వచ్చినారు. వీరు తొమ్మిది మంది ఉన్నారు అనగానే ఆ తొమ్మిది చేపలు నీళ్ళలో పైకెగిరి రాకుమారునకు నమస్కారమన్నాయి. నందునికి చాలా ఆశ్చర్యమైంది. వారి తలలు, మనిషి తలను, తోకలకు ఇరువైపులా, చిన్న చిన్న రెక్కలున్నాయి. అవి మనిషి చేతులు, కాళ్ళను పోలి ఉండినా, అవి పడవ తెడ్లవలె నీటిలో ఈదడానికి అనుకూలంగా ఉన్నాయి. ఆ తొమ్మిది చేపలు వివిధ రంగుల్లో ఉండి బాగా మెరుస్తున్నాయి. నందుడు అడిగాడు మీరెవరు? ఎక్కడి నుంచి వచ్చారని? అడగ్గానే అవి చెప్పసాగాయి. మేము సముద్రంలోని నవరత్న ద్వీపవాసులం. మా దీవికి దగ్గరగా సర్పద్వీపముంది. అందు అన్నీ విషసర్పాలే, చాలా పెద్దగా ఉంటాయి. వారికి కూడా మావలె తలలుంటాయి వారు మీ భూమి మీద పాములను పోలి ఉంటాయి. కాని వారు దుర్మార్గులు. అవన్నీ మాపై పగబట్టి చంపడానికి వస్తే మేము భయంతో ఇక్క తలదాచుకున్నామన్నాయి.

నందుడు అడిగాడు, వారికి మీపై పగ ఎందుకూ? అని అనగానే ఎర్ర కాంతి చేప చెప్పసాగింది. రాకుమారా! మేము తొమ్మండుగురము. నవ గ్రహాల వరంతో జన్మించినాము. ప్రతి పౌర్ణమినాడు, మా నోటి నుంచి ఒక్కొక్క పెద్ద రత్నం పుడుతుంది. అవి కాంతితో మెరుస్తుంటాయి. ఆ రత్నాలను సర్పజాతి వారు వాళ్ళ దీవికి తీసుకొనిపోయి ఆ దీవిచుట్టూ ఒడ్డున ఉంచుకుంటే! వాళ్ళ దీవి చుట్టూ రాత్రిపూట వెలుతురుంటుంది. దానితో వారు సముద్రంలో ఎంత దూరానికి వేటకు పోయినా, నిర్భయంగా తమ దీవికి రావచ్చు. అందుకే, వారు మమ్ములను బంధించి తమ దీవికి తీసుకొని పోవాలని చూస్తున్నారు. అందుకే వారికి భయపడి మేము ఇక్కడికి వచ్చినామన్నది.

రాకుమారుడు అడిగాడు ! వారు ఇక్కడికి కూడా రావచ్చుగదా ! ఎందుకు రాలేదని అడిగితే! నీల కాంతి చేప చెప్పసాగింది. ఈ సరస్సు మంచి నీళ్ళది. సర్పాలు కేవలం ఉప్పు నీళ్ళవారు. వారు ఇక్కడ ఉండలేరు. అందుకే మేము మిమ్ము శరణు కోరి వచ్చినామన్నది. నందుడు వారికి అభయమిచ్చాడు. అవి సంతోషించాయి.

కొన్నాళ్ళు వాళ్ళ స్నేహం ఆనందంగా కొనసాగింది. ఒకనాటి ఉదయమే రాకుమారుడు ఆ దీవికి వచ్చి విచారంగా కూర్చుని ఉన్నాడు. మత్స్య రాకుమారులు అతణ్ణి ఎంత పలకరించినా అతడు జవాబు చెప్పలేదు. చివరకు తాబేలు గుచ్చిగుచ్చి అడిగితే

"అమ్మను పాముకరచింది." ఆమె శరీరమంతా నల్లగా మారిపోయింది. ఆమె కదలక మెదలక మాటా పలుకు లేక అపస్మారకంగా ఉందన్నాడు. వైద్యునికి చూపించకూడదా? అని తాబేలు చెబితే, చూపించినాము. కానీ రాజ వైద్యులు అమ్మను పరీక్షించి ఆమె ఎప్పటికీ కళ్ళు తెరవదు , మాట్లాడలేదని చెప్పినారు. అందుకే నాకు చాలా బాధగా ఉందని కళ్ళనీళ్ళుపెట్టుకున్నాడు.

అది ఎలా జరిగిందని తాబేలు తిరిగి అడిగితే! అతను చెప్పసాగాడు. "అమ్మ సరస్సు ఒడ్డున ఇసుకు తిన్నెలపై కూర్చుని, కాళ్ళు నీళ్ళలో పెట్టి ఉంది. నేను నా చెల్లెలు ఆడుకుంటున్నాము. అప్పుడే నీళ్ళ నుండి ఒక పాము వచ్చి అమ్మను కరచి వెళ్ళిపోయింది. మేము వెంటనే ఆమెను అంతఃపురంలోకి తీసుకొని పోయినాము.

రాజవైద్యుడు వచ్చి పరీక్షించి అమ్మను కరిచిన పాము విషం చాలా చెడ్డది. దానికి మందుగా అమ్మను కరచిన ఆ జాతి పాము విషంలో నవరత్నాలను, తొమ్మిది రోజులు నానబెట్టి బట్టీలో పుటం బెట్టి చేసిన ఆ బూడిదను, అమ్మ శరీరమంతా పూస్తే " అమ్మలోని విషం హరింపబడుతుందట!!,

ఈ విషయం ఆయన గురువుగారు అతని చిన్నప్పుడెప్పుడో, ఏదో వైద్య గ్రంధాలలో చదివినాడని చెప్పినట్లు, మా రాజవైద్యునికి గుర్తుందనేమాట చెప్పి 'తనకు అట్లాంటి విషాన్ని తగ్గించే విధానం తెలియదన్నాడు. అందుకే నాకు చాలా దుఃఖంగా ఉంది. ఇక మేము అమ్మను ఎలా బ్రతికించాలో తెలియదని బోరున ఏడ్చాడు."

నవరత్న కాంతి చేపలు ఒకరి ముఖాలొకరు చూచుకున్నారు. అందులో ఒక వజ్రకాంతి చేప, తాబేలుతో అంది " మిత్రమా భయపడవలసిన పనిలేదు, ఇదంతా తొమ్మిది తలల సర్పరాజు పన్నిన పన్నాగమే? అంది. ఆ మాట విని రాకుమారుడు ఆశ్చర్యపడి సర్పరాజుకు మాకు ఏమిటి సంబంధమన్నాడు. ఆ మాటకు మాణిక్యాకాంతి చేప రాకుమారునకు వివరంగా చెప్పసాగింది.

ఆ పాము మీ అమ్మగారిని కరిచినపుడు "మేము ఇక్కడే ఉంటే, తప్పకుండా నవరత్న భస్మం తయారు చేయడానికి కావలసిన విషం కోసం, మీ రాజ్యం నుండి ఎవరినో ఒకరిని, వారి దీవికి పంపుతామనేది వారి దుష్ట ఆలోచన. ఆవిధంగా వారు మా ఉనికిని తెలుసుకోవచ్చుననే పన్నాగముతో ఒక పాముతో అమ్మను కరిపించినారన్నది.

వైదూర్య కాంతి చేప అంది. రాకుమారా ! మీరు వారి దీవికి వెళ్ళి, మీ అమ్మగారిని కరచిన జాతి పాము విషాన్ని తీసుకువస్తే మేము మందు తయారు చేయిస్తామన్నాడు. దానికి రాకుమారునకు కోపమొచ్చి అన్నాడు, మీ రెండు జాతుల మధ్య వైషమ్యాలుంటే, మీరు మీరు తేల్చుకోవాలి. అంతేగాని మా అమ్మకు వారు ఎందుకు కీడు తలపెట్టారు. అట్లాచేస్తే, నేను ఊరకుంటాననుకున్నారా? వారి దీవిని నాశనం చేసి వస్తానన్నాడు.

పుష్యరాగ కాంతి చేప అన్నది. రాకుమారా! అది అంత సులభమైన వ్యవహారం కాదు. వారి దీవికి సమీప జలాలన్నీ విషంతో నిండి ఉంటాయి. అక్కడికి చేరాలంటే దానికి ప్రత్యేక కవచం, శిరస్త్రాణం, ధరించాల్సి ఉంటుందనగానే! వెంటనే గోధుమ కాంతి చేప చెప్పసాగింది. రాకుమారా! సముద్రపు ఒడ్డున ఎన్నో చనిపోయిన గవ్వల శంకుల శరీర పెంకులుంటాయి. వాటిని ఏరుకొని పొడిచేసి, ఆ పొడిలో మేము కొన్ని ఆకులు చూపెడతాం. వాటి రసాన్ని కలిపి, కవచం, శిరస్త్రాణం తయారు చేసుకొని నీటిలో వేగంగా పరిగెత్తే సముద్రపు గుర్రంపై స్వారి చేస్తూ వెళ్ళి దూరం నుండి బాణాలతో ఆ తొమ్మిది తలల పామును ఓడించి, అక్కడి పాములను బంధించి ఇస్తే! మేము వాటి నుండి విషం పిండి మందు తయారు చేయించి, ఇస్తామన్నది.

నందుడు అక్కడ నుంచి వెళ్ళిపోయి, విషయం తండ్రికి చెప్పాడు. రాజుగారు వైద్యుని తోడ్కొని చేపల వద్దకు వచ్చి, ఇంకా వివరంగా సమాచారం తెలుసుకున్నాడు. తాబేలు, తన మిత్రుడైన నీటి గుర్రాన్ని పిలుచుకు రావడానికి సముద్రం వైపు బయలుదేరింది. అనుకున్న విధంగానే కొన్నాళ్ళకు రాకుమారునకు కవచం, శిరస్త్రాణం తయారైనాయి.

రాకుమారుడు నీటి గుర్రంపై బయలుదేరాడు. అతని వెంట నవరత్న కాంతి మత్స్యాలు తాబేలు కూడా వెళ్ళాయి. వారు సర్పద్వీప ప్రాంతానికి చేరారు.

రాకుమారుని రాకను తొమ్మిది శిరస్సుల పాము, చారచక్షువై తెలుసుకున్నాడు. ఆ సర్పరాజు అతని సైనికులు, రాకుమారుని నవరత్న కాంతి చేపలను వారి రాజ్య సరిహద్దులో ఎదుర్కొన్నాడు. సర్పం రాకుమారునిపై విషం చల్లింది. నందుడు దృఢమైన కవచం, శిరస్త్రాణం ధరించి ఉన్నందున, ఆ విషం అతణ్ణి ఏమీ చేయలేకపోయింది. అతడు విలువిద్యాకౌశల్యంతో మత్తు మందు పూతగా ఉన్న బాణాలతో సర్ప రాజును నిర్వీర్యుణ్ణి చేశాడు. అదే అదనుగా నవరత్న కాంతి చేపలు సర్ప రాకుమారుని తలలు ఖండించాయి. అది చూచి అతని సైన్యం చెల్లాచెదరై పారిపోయింది. కొన్ని సర్పాలు బంధీలైనాయి. మత్యసైన్యం ఆ బంధీలను తమ రాజ్యానికి తీసుకొనిపోయినారు. శత్రు రాజ్యం నశించిందని నవరత్న ద్వీపంలో పండుగ వాతావరణం నెలకొంది.

నవరత్న కాంతి చేపలు, అమ్మకు మందు తయారు చేయించి తెచ్చియిస్తామని చెప్పగానే, నందుడు మత్స్య రాజ్యంలో తాబేలును ఉంచి తమ కోటకు వెళ్ళిపోయాడు.

మందు తయారు కాగానే, తాబేలు దాన్ని తీసుకొని పోయి రాకుమారునికి ఇచ్చి ఏదో విషయం చెప్పబోతుండగా! అతడు దాన్ని వినిపించుకోకుండా, తొందరగా మందు తీసుకొని పడవనెక్కి తమ కోట వైపు వేగంగా వెళ్ళిపోయాడు. అతనికి తన తల్లిపై అతనికున్న ప్రేమ అలాంటిది.

నందుడు చాలా సంతోషంతో అమ్మకు భస్మం పూయింపజేశాడు. దినాలు గడచేకొద్ది రాకుమారుడు పడిన శ్రమ ఫలించసాగింది. తల్లి శరీరంలో విషం తగ్గిపోయింది. ఆమె శరీరంలోని నలుపు రంగు పోయి ఆమె వికసించిన తెల్ల పద్మమైంది. కాని కారణమేమోగాని, ఆమె ఎంత ప్రయత్నించినా, ఆమె నోట ఒక్క మాట కూడా రాక కేవలం సైగలతో మాత్రమే, ఆమె అందరిని పలుకరించింది. ఆమెలో చలనమొచ్చినందుకు అందరికి సంతోషమైంది. కానీ ఆమె మాట్లాడలేపోతోందని అందరు చాలా బాధపడ్డారు. తర్వాతి దినం నందుడు సంతోషంతో, తాబేలును కలసి, అమ్మగారి విషయమంతా తాబేలుతో చెప్పి, అమ్మ మాట్లాడలేదని చాలా బాధపడ్డాడు. నందుని మాట విని తాబేలు పండ్లు పట పట కొరికి అతనితో అంది. మనం మోసపోయినాము రాకుమారా! "నమ్మదగని" వారిని నమ్మి దగ్గర చేర్చుకోవడమే మనం చేసిన తప్పు" అన్నది. ఆమాట అనగానే రాకుమారుడు ఇదేమిటి నాకు అర్థమయ్యేలా చెప్పమన్నాడు. తాబేలు చెప్పసాగింది. "నేను నవద్వీపంలో ఉండగా! నేనున్న ప్రత్యేక విడిది ప్రక్క, వారి వైద్యుడు పాము విషంతో ప్రత్యేక పద్ధతిలో భస్మం తయారు చేస్తున్నాడు. వారి మాటలు సందర్భంగా, వైద్యుడు నవరత్న కాంతి చేపలతో చెప్పుచుండుగా, నేను విన్నాను. మీ అమ్మ మెడలో నవరత్నాలహారముందట. అది చాలా శక్తి వంతమైందట. అమ్మ పుట్టినప్పడు ఆమెకు మాటలు వచ్చేవి కావట. ఒక యోగి నవరత్న దండను మీ అమ్మ మెడలో వేసినప్పటి నుండి, మీ అమ్మకు మాటలొచ్చినాయట. అనగానే రాకుమారుడు తాబేలును అడిగినాడు. ఇంతకుముందు నవరత్నాలు, నవగ్రహాలని ఏవేవో చెప్పుచున్నావు. వాటికి వీటికి ఏమి సంబంధమున్నదని అడిగాడు రాకుమారుడు.

తాబేలు చెప్పసాగింది. నవరత్నాలంటే వజ్రం, వైఢూర్యం, మరకతం, మణిక్యం పుష్యరాగం. గోమేధికం, పగడం, ముత్యం, నీలం, ఇవి మన నవగ్రహాలలో ఒక్కో గ్రహానికి ఒక్కొక్కటి ప్రతీకలు. ఆ తొమ్మిది రత్నాలు ఆయా గ్రహాల నుండి వెలువడే విద్యుదయస్కాంత, కాంతి తరంగ, శక్తిని గ్రహించి, ఒక్కో రత్నం ఒక్కో రకమైన, రంగు కాంతిని వెలువరిస్తాయి. ఆ కాంతి నే కాశ్మిక్ కాంతి అంటారు. అది బయట చూడడానికి కనబడే రంగు వేరు, వాటి నుండి వెలువడే కాంతి వేరు. పుష్యరాగరత్నం బయటికి పసుపు రంగుగా కనబడుతుంది. కానీ దాని కాశ్మిక్ రంగు నీలం ! ఇలా ఆ నవరత్నాల కాంతులు చాలా భిన్నంగా ఉండి వాటిని ధరించిన వారికి ఆయా కాశ్మిక్ తరంగ కాంతుల శక్తులనిస్తాయట. ఈ విషయాలు నీకు తెలియకపోవచ్చు. సాధారణంగా నవ రత్నహారం మధ్య మాణిక్యం పొదుగుతారు. అది సూర్యకాంతిని గ్రహించి కాశ్మిక్ కాంతిని ప్రసరింపచేస్తుంది.

ఆ నవరత్న చేపలు, కూడా ఆయా గ్రహాల కాశ్మిక్ కాంతితో జన్మించినవేనట. ఆ విషయం ఇంతకు ముందే, అవి చెప్పాయిగదా! ఆ రత్నాల కాంతుల కోసం పాములరాజు ప్రయత్నిస్తే మోసబుద్ధితో చేపల రాకుమారులు, తమకు అనుకూలంగా మిమ్మలనుపయోగించుకొని వాటి శత్రువును చంపించాయి. ఇది క్షమించరాని నేరం అన్నది తాబేలు.

ఇంకొక విషయం చెబుతాను వినమని, తాబేలు చెప్పసాగింది. మీ అమ్మను కాటు వేసింది పాము కాదు. పాము వలె ఉన్న కూట చేప. అది ఒక విషపు చేప. అట్లాంటి చేపతో నవరత్న కాంతి చేపలు, మీ అమ్మని కరిపించి నీకు, పాములపై పగ పెంచాయి. అంతేగాదు. మీ అమ్మ మెడలోని కాస్మిక్ కాంతిని వెదజల్లే నవరత్నహారాన్ని తీసుకొనిపోయి వారి దీవిలో ఉంచుకుంటే, సర్పాలు మత్స్య ద్వీపానికి వచ్చినా ఆ కాశ్మిక్ కాంతి శక్తుల వల్ల పాములకు కళ్ళు కనిపించవట. అదే అదునుగా వారి దూరపు బంధువులగు, సొరచేపలను, తిమింగళాలను, రప్పించి, ఆ సర్ప దీవి ప్రాంతంలోని సర్పాలన్నింటిని మింగించి, ఆ పరిసరాలలో, శతృ సర్పాలు లేకుండా చేరుకొని సప్త సముద్రాలను వారి ఏలుబడిగా చేసుకోవాలనేది, వారి పన్నాగమట అన్నది.

రాకుమారునికి విషయమర్థమైయింది. అతడన్నాడు, మిత్రమా! నవరత్న చేపలన్నీ తమ మోసపూరిత చర్యలతో మనకు అనుకూలంగా ఉన్నట్లు నటించి, మనకే ద్రోహం తలపెట్టినాయి. నేను నా సైన్యాన్ని తీసుకొని పోయి, వలలు వేసి వాళ్ళందరిని పట్టించి నాశనం చేస్తానన్నాడు.

తాబేలన్నది, ఆ విషయం మనకెందుకు వాటికవే ఇక్కడికి వస్తాయి చూడమంది. నందుడు ఆశ్చర్యంతో అదెలా సాధ్యం అనగా!? కొన్ని ప్రశ్నలకు సమాధానాలుండవు. వేచి చూడాల్సిందే! దీనినే మంత్రాంగం అంటారు. దీనికంటే ముఖ్యమైంది ఒకటుంది. ఇక ముందు ముందు, ఇలాంటి వారి ఎత్తుగడలకు మనం చిక్కక అప్రమత్తంగా ఉండాలని చెప్పి తిరిగి, చెప్పసాగింది తాబేలు.

అమ్మకు మాటలు రావాలంటే మందు అవసరం లేదు. బాగా యోచించు అమ్మగారి హారకాంతితో పాములకు కళ్ళు కనబడవంటే, ఆ హారం ఎంత శక్తివంతమైందో? దేనికైనా సమయం రావాలి. నీవు కొన్నాళ్ళు, 'ఓపిక పట్టు. క్రమంగా ఆమెపై నవరత్నాల కాశ్మిక్ కాంతి ప్రసరించి అమ్మకు, తప్పక మాటలు వస్తాయంది తాబేలు.

తాబేలు చెప్పినట్లుగానే, రాకుమారునకు వారి మోసపుచర్యలు ఏవీ తనకు తెలియనట్లున్నాడు. నవరత్నకాంతి చేపలు రానే వచ్చాయి. అవి రాకుమారుని దగ్గర కొన్ని రత్నాలు ఉంచి! అన్నాయి. రాకుమారా ! అమ్మగారి హారాన్ని మిశ్రమ విషంలో ముంచి,

శుద్ధి చేసి తెస్తాము. దాన్ని మాకు ఇప్పించండి. "మోసానికి మోసమే మందు" ఎత్తుకు పై ఎత్తే ఆయుధం గదా! అన్నది ఒకరత్నచేప. నందకుమారుడన్నాడు, అట్లే కానియ్యండి మాకు మీ సేవలు మరువరానివి. తమరు కొన్నాళ్లు మా అతిథులుగా ఉండమన్నాడు? కాంతి చేపలు సరేనన్నాయి. అంతలో నందుడు తెలివిగా సరస్సు నుండి సముద్రంలో కలిసే కాలువను మూయింపజేసి, సరస్సులో పెద్ద బలమైన వలలు వేయించి, నవరత్నచేపలను బంధింపచేశాడు. అప్పుడు తెలిసింది. చేపలకు కుట్రకు ప్రతి కుట్ర ఏమిటోనని నంద సైనికులు చేప రాకుమారులను చంపడానికి సిద్ధపడగా, తాబేలు వారిని వారించింది.

రాకుమారుడు ఆ చేపలను బంధాలనుండి విడిపించి అన్నాడు,! ఓ దుష్టచేపల్లారా! మీ స్వార్థం కోసం నన్ను వాడుకోవడమే కాకుండా అమ్మ హారాన్ని కూడా తీసుకొనిపోజూశారు. మీ కోరికేమో తీరుతుంది. కానీ అమ్మ శాశ్వతంగా మూగదవుతుంది. మీరు నీచులు. నాకు సంబంధంలేని సర్పరాజును చంపించిందే గాక తిరిగి మీరు నన్ను మోసం చేయడానికి, ఇక్కడికి వచ్చినారనగానే "రాకుమారునకు తమ కుట్ర తెలిసిందని అవి నోరు మెదపలేదు.

అవన్నీ తలవంచుకొని రాజకుమారునితో చెప్ప సాగాయి. "రాకుమారా" మా ప్రజలను కాపాడుకోవాలనే ధర్మ దృష్టితో మేము తప్పు చేశాము. మమ్ము క్షమించండి. మేము ఇకముందు మీకు సామంతులుగా ఉంటాము. మా రెండు దీవులే గాక ఈ మహా సముద్రమంతటికి మీరే ప్రభువులన్నాయి.

తాబేలన్నది, "రాకుమారా"! ఇన్నాళ్ళు అవి మనతో స్నేహంగా ఉన్నాయి. మిత్ర ధర్మం సున్నితమైంది. ఇంతవరకు మీరు చేసిన సాయం మరచి, తిరిగి మిమ్ము మోసం చేయజూచిన నీచులు, ఈ మత్స్య సర్పరాకుమారులు. వారు నమ్మదగిన వారు కాదు. అయినా మనం ఈ నీచులను క్షమించి వదలిపెట్టడమే వాటికి తగిన శిక్ష. అందుకే వాటిని వదలి పెట్టమంది.

రాకుమారుడు తాబేలుపై ఉన్న గౌరవంతో, వారితో అన్నాడు ఇక ముందు ఎప్పుడూ మీ ముఖాలు నాకు చూపించక వెళ్ళిపొమ్మన్నాడు. సైనికులు వాటిని వలల నుండి విడిపించి సరోవర కాలువ తెరిచారు. నవరత్నా మత్స్యరాకుమారులు వెళ్ళిపోయారు.

తాము చేసిన తప్పుకు శిక్షగా ఎవరికి తెలియకుండా నవరత్న రాకుమారులు, ప్రతి పౌర్ణమి నాడు నవరత్నాలను తెచ్చి సరస్సు ఒడ్డున దీవిలో ఉంచిపోయేవారు.

రాకుమారుడు, తాబేలు, అపుడపుడు ఆ మత్స్య రాకుమారులతో ఇంతకుముందున్న స్నేహాన్ని గుర్తు చేసుకునేవారు. ఆ దుష్ట మిత్రులు తమ దీవిపై ఉంచి పోయిన నవరత్నాలను రాజ్యసుంకంగా భావించి, వాటిని తీసుకొని అమ్మి ఆ వచ్చిన డబ్బుతో తమ రాజ్యంలో ఎన్నో ప్రజోపయోగపనులు చేయించేవాడు. విలువైన

నవరత్నాలు, నందుని రాజ్యంలో మాత్రమే లభిస్తున్నందున, పొరుగు రాజులు "రాకుమారుని" నవరత్న నందుడని ముద్దు పేరుగా పిలిచేవారు. ఆ మాటలు విన్నప్పుడల్లా నందరాజ కుమారుని హృదయంలో ముల్లుగుచ్చినట్లుగా బాధపడేవారు.

# మూసిన రహస్యం

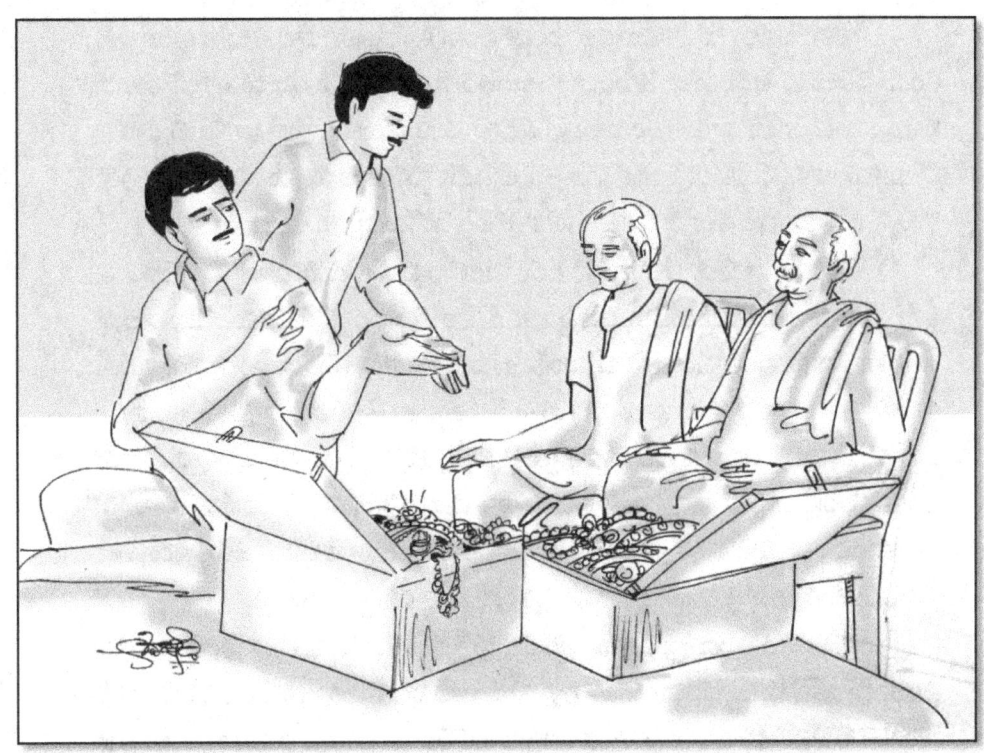

ఒక పట్టణంలో ప్రసన్న గుప్తుడనే వ్యాపారస్థుడుండేవాడు. అతను వయసులో ఉన్నప్పుడు చాలా దేశాలలో సముద్ర వ్యాపారం చేసేవాడు. వయస్సు మీదబడగా వ్యాపారమంతా తన ఇద్దరు కుమారులైన ఆనంద గుప్తుడు, పరిమళ గుప్తలకు ఒప్పజెప్పి, తాను విశ్రాంతి తీసుకుంటున్నాడు. ఎంత విశ్రాంతుడైనా, ఆ పట్టణంలోని ముఖ్య వ్యాపారులతో పలకరింపు సంబంధాలను అట్లే కొనసాగిస్తూ ఉండేవాడు.

ఒకనాడు ప్రసన్నగుప్తుని కుమారులిద్దరు తమ రెండు ఓడలలో చెక్క, లవంగాలు వంటి సుగంధద్రవ్యాలను నింపుకొని విదేశ వ్యాపారానికి ప్రయాణమయ్యారు.

వారు ఆయా దేశాలలో తమ సరుకులను అమ్ముతూ, కావలసిన సరుకులు కొంటూ ప్రయాణంసాగించారు. వారి వ్యాపారం ఏ ఆటంకం లేకుండా రెండేళ్ళు లాభసాటిగా సాగింది.

రోజులు గడిచేకొద్దీ వారికి స్వదేశానికి పోవాలనే ఆలోచన రాగానే, వారు తమ ఓడలలో స్వదేశంలో అమ్ముడుబోయే యంత్ర సామాగ్రులు, ఆహారోత్పత్తులను, రెండు

ఓడలలోను నింపుకొని మరో ఓడను బాడుగకు తీసుకొని, అందు వెండి, బంగారు ఆభరణాలు కొని నింపుకున్నారు. దానికి సగం డబ్బు చెల్లించి మిగతా డబ్బు సరుకుదించుతూనే చెల్లిస్తామనే షరతు మీద ఒప్పందం చేసుకున్నారు.

తమ ఓడలు మహాసముద్రం గుండా పయనిస్తున్నాయి. వారి తిరుగు ప్రయాణం రెండు నెలలు ఏ అడ్డంకులు లేకుండా ప్రశాంతంగా సాగింది. ఒకనాడు అనుకోకుండా సముద్రపు దొంగలు వారి ఆభరణాలున్న ఓడను చుట్టు ముట్టి, చాలా భాగం దోచుకొని పోయారు. కాని సరుకులున్న ఓడ మాత్రం దోపిడీకి గురి కాలేదు. మిగిలిన సామాగ్రితో కొన్ని నెలలకు వారి ఓడలు వారి పట్టణ నౌకాశ్రమం చేరుకున్నాయి.

తన కుమారులు వచ్చినారనే సంతోషంతో, ప్రసన్న గుప్తుడు వారిని కలసికొని, క్షేమ సమాచారాలు అడుగుటకు ఓడపై భాగం చేరాడు. అక్కడ కుమారుల ముఖాలలో ఉత్సాహం గాని, సంతోషం గాని కనబడలేదు. వారిని చూచిన వెంటనే ఏదో జరిగిందనే, అనుమాన మొచ్చిందతనికి. వారు జరిగిన విషయమంతా తండ్రికి చెప్ప ప్రయత్నించారు. కానీ తండ్రి వారిని కనుసన్నలతోనే నవ్వుతూ పలకరించి, ఓడ దిగి వెళ్ళిపోయాడు. వారు చేరగానే తండ్రి వారితో అన్నాడు. ఏ విషయమైన చెప్పడానికి సమయ సందర్భాలవసరం. చిత్త చాంచల్యం మనిషిని కృంగదీస్తుంది. ఏ సమస్య అయినా తెలివిగా ఓర్పు నేర్పులతో పరిష్కరించుకోవాలంటూ నెమ్మదిగా సున్నితంగా చెప్పాడు.

తరువాత కుమారులిద్దరు ఇంట్లో ప్రత్యేక గదిలో తండ్రిని కలసి జరిగిన విషయమంతా చెప్పి బాధపడ్డారు. ప్రసన్నగుప్తుడు వారి నడిగాడు "సరుకు దింపుకోవడానికి మనకు ఎంత సమయముందని",? వారన్నారు ఒక నెల ఉంది. కానీ మేము ఆ సరుకునకు ఇంతకు ముందే సగం డబ్బు చెల్లించినాము, ఇక మిగతా సగం చెల్లించడానికి మా వద్ద డబ్బేమీలేదన్నారు.

తండ్రి వారినడిగాడు. 'మీరు చెల్లించే డబ్బుకు సరిపడ, 'సరుకులు ఆ ఓడలో ఉన్నాయా! అని?" దానికి వారన్నారు, మనం చెల్లించేదానికంటే రెట్టింపు సరుకు అందులో ఉన్నదన్నారు.

తండ్రి, వారికి ఏమీ జవాబు చెప్పక అక్కడి నుండి బయటకు వచ్చాడు. అతని మెదడులో ఏవేవో ఆలోచనలతో పరవళ్ళుతొక్కి స్థిరమైనవి.

అతడు పట్టణంలో చాలా ధనవంతుడైన, ఒక వ్యాపారస్థుని తన ఇంటికి తేనీటి విందుకు ఆహ్వానించాడు. అతడు రాగానే ప్రసన్నగుప్తుడు తన కుమారులు వ్యాపార విషయాలన్నీ వివరించాడు. అతడు చూస్తుండగానే, కుమారులిద్దరు, రెండు పెట్టెల లోపల ఏదో సరుకు ఉంచి, దానిపైన ఇంటిలో ఆభరణాలు పేర్చి వాటిని నేల మాలిగలోకి తీసుకొని పోవునట్లు ఏర్పాటు చేశాడు.

ఇదేమీ తనకు తెలియదన్నట్లు, తండ్రే వారిని అడిగాడు. ఇలాంటి ఆ భరణాల పెట్టెలు ఓడలో ఎన్ని ఉన్నాయని? కుమారులన్నారు ఇంకా ఎనిమిదున్నాయి. రేపు వాటిని ఓడనుండి తెస్తామన్నారు.

ఆ వచ్చిన ధనవంతున కర్థమైంది. సరుకు ఓడ నుండి దింపకనే వీరి దగ్గర ఇంత విలువైన వెండి, బంగారముందే ఇంకా ఎనిమిది పెట్టెల నిండా ఎంత విలువైన ఆభరణాలు ఉన్నాయో! నని అనుకొని, అక్కడి నుండి అతడు వెళ్ళిపోయాడు. మరునాడు అతడు ప్రసన్నగుప్తుని ఇంట్లో తాను చూచిన విషయం నగరమంతటా రెండు రోజుల్లో వర్షమైకురిసింది. వాగై ప్రవహించింది. చాలా మంది వ్యాపారస్థులు అనుకున్నారు. పట్టణంలో వారిని మించిన ధనవంతులు లేరని!.

ఆ తర్వాత దినం కుమారులు తండ్రి చెప్పిన, వ్యాపారస్తుల, ఇళ్ళ దగ్గరకు వెళ్ళి, సరుకు దించిన వెంటనే డబ్బులిస్తాము. ప్రస్తుతం కొంత డబ్బు సర్దుబాటు చేయమని అడిగారు. ఆ అడిగిన వారందరు లేదనకుండా అడిగినంత ఇచ్చిపంపారు.

ఆనంద, పరిమళ గుప్తులిద్దరూ, ఓడలోని సరుకులకు చెల్లించవలసిన డబ్బు చెల్లించి తమ సరుకును దించుకున్నారు. తర్వాత దినం తండ్రి పథకం ప్రకారం వారు తమ ఇంటిలో సరుకు ఉంచుకోవడానికి కావలసిన స్థలం లేదని, దాని నంతటిని తగిన రేటుకు అక్కడే, ఓడరేవులోనే అమ్మి సొమ్ముచేసుకున్నారు.

వారికి కావలసినదాని కంటే అధికంగా డబ్బు చేరింది. వారు వెంటనే తాము తెచ్చిన అప్పులన్నీ చెల్లించి వేశారు. డబ్బు తొందరగా తీర్చినందుకు అప్పులిచ్చిన వారందరికి చాలా సంతోషమవ్వడమే కాక, ప్రసన్నగుప్తునిపై అతని కుమారులపై చాలా గౌరవం పెరిగింది.

కుమారులకు, విదేశ వ్యాపారంలో లాభాలు ఎక్కువగా లేకున్నా కొడుకులపై పట్టణంలో నమ్మకం మాత్రం బాగా నిలిచిపోయిందని ప్రసన్నగుప్తునకు చాలా సంతోషమైంది. అతను కుమారులుతో చెప్పాడు. "ఇచ్చిన మాటపోతే మనపై విలువ పోతుంది. అట్లా పోతే సమయానికి ఎవరు మనకు సహాయం చేయరు. నమ్మకం అనేది డబ్బు కంటే విలువైనది. జాగ్రత్త సుమా! అని కొడుకులను హెచ్చరించి, తిరిగి అన్నాడు. ఒక్కోసారి మన రహస్యాలు బట్టబయలు చేయకుండా సమయస్ఫూర్తితో గంభీరంగా ఉంటేనే, మన పనులు సజావుగా సాగుతాయి. ఏ విషయానికైన సంయమనం అవసరమన్నాడు".

ఇంతకు ముందు కొడుకులిద్దరూ తమ తండ్రి ముసలివాడని, చేతగాని వాడని, అతణ్ణి దూరంగా పెట్టేవారు. కానీ ఈనాడు ఆయన లేకుంటే మన గతి

ఏమయ్యేదోనని,వారిలో అహంకారం తగ్గి, గౌరవం పెరిగింది. పెద్దవారి అనుభవాలు పిల్లలకు ఎంత అవసరమోనని వారికి గుణ పాఠమైంది.

ఆ నాటి నుండి వ్యాపార విషయంలో వారు తండ్రితో సలహా సంప్రదింపులు చేస్తూ వారి వ్యాపారం కొనసాగిస్తూ ఆనందంగా జీవింపసాగారు.

# KASTURI VIJAYAM

📞 00-91 95150 54998

KASTURIVIJAYAM@GMAIL.COM

## *SUPPORTS*

- **PUBLISH YOUR BOOK AS YOUR OWN PUBLISHER.**

- **PAPERBACK & E-BOOK SELF-PUBLISHING**

- **SUPPORT PRINT ON-DEMAND.**

- **YOUR PRINTED BOOKS AVAILABLE AROUND THE WORLD.**

- **EASY TO MANAGE YOUR BOOK'S LOGISTICS AND TRACK YOUR REPORTING.**

* 9 7 8 8 1 9 6 3 0 7 5 8 5 *